மரண தண்டனை: ஒரு சாவு குலுக்கல் சீட்டு

திருத்தி விரிவாக்கப்பட்ட இரண்டாம் பதிப்பு

நெருக்கடிநிலை உலகம் – தொகுதி 2

மரண தண்டனை: ஒரு சாவு குலுக்கல் சீட்டு

திருத்தி விரிவாக்கப்பட்ட இரண்டாம் பதிப்பு

நெருக்கடிநிலை உலகம் – தொகுதி 2

அ. மார்க்ஸ்

Title: Marana Thandanai: Saavu Oru Kulukkal Seettu
Author's Name: A. Marx
Copyright © A. Marx
Published by Ezutthu Prachuram

Ezutthu Prachuram
(An imprint of Zero Degree Publishing)
No. 55(7), R Block, 6th Avenue,
Anna Nagar,
Chennai - 600 040

Website: www.zerodegreepublishing.com
E Mail id: zerodegreepublishing@gmail.com
Phone : 89250 61999

Ezutthu Prachuram First Edition: April 2022
ISBN: 978-93-93882-16-5
TITLE NO EP:

Cover Design & Layout: Vijayan

மனித உரிமைப் போராளி
ரெனி அய்லின் (Reny Ayline) அவர்களுக்கு...

பொருளடக்கம்

முன்னுரை

குற்றங்களை ஒழித்துக்கட்டுவதற்குப் பதிலாக குற்றவாளிகளை ஒழித்துக்கட்டுகிறோம்

புகழ்பெற்ற எழுத்தாளர் ஜார்ஜ் ஆர்வெல் சுதந்திரத்திற்கு முந்திய பிரிட்டிஷ் இந்தியாவில் நிர்வாக மாஜிஸ்ட்ரேட்டாகப் பணியாற்றியவர் என்பது நினைவிருக்கலாம். தன் கண்முன் நடைபெற்ற ஒரு மரண தண்டனை குறித்து அவர் எழுதிய 'ஒரு தூக்கு' (A Hanging) எனும் கட்டுரை புகழ்பெற்ற ஒரு இலக்கியப் படைப்பு. சிறிய கட்டுரைதான். பலமுறை வாசித்து நான் மனம் கலங்கி இருக்கிறேன். சிறை அதிகாரிகளால் நடத்தப்படும் தூக்கிலிடும் நிகழ்ச்சியில் பொதிந்துள்ள ஒரு அரசு ஆணையை நிறைவேற்றும் 'சாதாரணத் தன்மையை' வெளிக்கொணரும் ஆர்வெல், மனிதர்கள் மனிதர்களைச் சட்டபூர்வமாகக் கொல்லுவதில் பொதிந்துள்ள கொடூரமான வன்முறையை ரொம்பவும் யதார்த்தமாக வெளிக்கொணர்கிறார்.

அன்று தூக்கிலேற்றப்பட்டவன் ஒரு இந்து, இந்தியன் என்பது தவிர அவனைப் பற்றிய வேறு எந்தக் குறிப்பும், அவன் எதற்காகத்

தூக்கிலேற்றப்பட்டான் என்பது பற்றிய எந்தத் தகவலும் அந்தக் கட்டுரையில் இல்லை. மரண தண்டனை குறித்த மனசாட்சி உறுப்பலுக்கு அந்த விவரங்கள் தேவையற்றவை.

அன்று காலை அக் கைதி அவனது இறுதிப் பயணத்திற்குத் தயார்படுத்தப்படுவதில் அந்தக் கட்டுரை தொடங்குகிறது. ஏதும் இடையூறு நிகழாமல் காரியம் முடிக்கப்பட வேண்டும் என்கிற பதட்டத்துடன் ஒவ்வொரு அரசு ஊழியரும் செயல்படுகின்றனர். அவனது கொட்டடியிலிருந்து அவன் அழைத்துச் செல்லப்படுகிறான். போகிற வழியில் ஒரு பள்ளத்தில் மழைத் தண்ணீர் தேங்கி இருக்கிறது. எல்லோரும் காலில் தண்ணீர் படாமல் ஒதுங்கி நடக்கின்றனர். அவனும். ஆம் அவனும். இன்னும் சற்று நேரத்தில் உயிர் பறிக்கப்பட இருக்கும் அவனும்.

நிகழ்ச்சி சுமுகமாக முடிகிறது. டாக்டர் கீழே இறங்கி, தொங்கும் உடலைத் தள்ளிப் பார்த்து மரணத்தை உறுதிசெய்கிறார். எல்லோரும் கிளம்புகிறார்கள். வரும்போது இருந்த டென்ஷன் இப்போது இல்லை. "இன்னைக்கு எல்லாம் கச்சிதமா முடிஞ்சது. சில நேரங்களில் கீழே இறங்கி தொங்குறவனின் காலைப் பிடிச்சு இழுத்துக் கொல்ல வேண்டி வரும். அது ரொம்ப மோசம்" என்கிறார் ஒரு உதவியாளர். "பிடிச்சுத் தொங்கறதா, அய்யோ அது ரொம்பத்தான் மோசம்" என்கிறார் சிறை அதிகாரி. திடீரென உதவியாளன் சொல்கிறான்: "இவனது அப்பீல் மறுக்கப்பட்ட செய்தியைச் சொன்னபோது இவன் என்ன செஞ்சான் தெரியுமா? மூத்திரம் பேஞ்சுட்டான்." எல்லோரும் புன்னகைக்கின்றனர். உதவியாளன் மறுபடியும் பேசுகிறான்: "இவன் எவ்வளவோ பரவாயில்லை. ஒரு பிரச்சினையும் இல்லாமல் ஒத்துழைச்சான். அன்னைக்கு ஒருத்தன் அவன் அறைக் கம்பியைக் கெட்டியா புடிச்சிட்டு தூக்குமேடைக்கு வரவே மாட்டேன்னுட்டான். நாலஞ்சு பேர் புடிச்சி இழுக்க வேண்டியதாயிடுச்சு. 'என்னப்பா, எங்க எல்லாருக்கும் எவ்வளவு தொல்லை கொடுக்கிற பாருன்னு' அவனிடம் சொன்னோம்."

இந்த நினைவுகளை அசைபோட்டபடி, ஒரு பாட்டில் விஸ்கியை ஒப்பன் பண்ணுகிறார்கள். இடையில் ஒரே ஒரு பத்தியில்தான், மரண தண்டனை மீதான தனது எதிர்வினையை ஆர்வெல் பதிவுசெய்கிறார். அந்தப் பத்தி இதுதான்:

"அது ரொம்ப வியப்புக்குரிய ஒன்றுதான். அந்தக் கணம் வரை ஆரோக்கியமான, சிந்தனையுள்ள ஒரு மனிதனைக் கொல்வதன் பொருள் என்ன என்பதை நான் உணரவில்லை. தூக்கிலேறப் போகும் அந்த மனிதனை அழைத்துச் செல்லும்போது அவன் வழியிலிருந்த சேற்றில் கால் படாமல் சற்று ஒதுங்கி நடந்தானே அப்போதுதான் எனக்கு அந்தச் சூழலின் 'அபத்தம்' விளங்கியது. ஒரு உயிர், ஒரு வாழ்க்கை அதன் முழு வீச்சில் உள்ளபோது அதை அத்தோடு முடித்து விடுவதில் அடங்கியுள்ள விளக்க இயலாத தவறை நான் உணர்ந்தேன். அவன் செத்துக்கொண்டிருக்கவில்லை, எங்கள் எல்லோரையும் போலவே அவனும் முழுமையாக உயிர் வாழ்ந்து கொண்டிருந்தான், அவனது அங்கங்கள் எல்லாம் சரியாகச் செயல்பட்டுக்கொண்டிருந்தன, வயிறு உண்டதைச் செரித்துக்கொண்டிருந்தது, தோல் தன்னைப் புதுப்பித்துக் கொண்டிருந்தது. அவனது நகங்கள் வளர்ந்து கொண்டிருந்தன. செல்கள் தோன்றிக்கொண்டிருந்தன. எல்லாம் அதனதன் பணியை அதற்குரிய முட்டாள்தனமான புனிதத்துடன் செயலாற்றிக் கொண்டிருந்தன. அந்தத் தூக்கு மரத்தில் அவன் நின்றுகொண்டிருந்தபோதும், அந்த 'லீவர்' இயங்கி பத்தில் ஒரு வினாடியில் அவன் குரல்வளை எலும்பு முறியும் கணம் வரையிலும் அவன் நகங்கள் வளர்ந்து கொண்டேயிருக்கும். அவன் கண்கள் அந்தச் சுவரை, கற்களைப் பார்த்துக் கொண்டிருக்கும். அவன் மூளை இன்னும் சிந்தித்துக் கொண்டிருக்கும். என்ன நிகழப்போகிறது என்பதைச் சிந்தித்துக் கொண்டிருக்கும். சேறு காலில் படாமல் விலகி நடக்க வேண்டும் என்பதுவரை பகுத்தறிவு பூர்வமாக அந்த மூளை சிந்திக்கும்.

"அவன், நான், மற்றவர்கள் எல்லோரும் ஒரே குழுவாக ('பார்ட்டி'யாக) ஒரே சூழலை, ஒரே உலகைப் பகிர்ந்தபடி, பார்த்துக்

கொண்டு, கேட்டுக் கொண்டு சென்றுகொண்டிருக்கிறோம். ஆனால் இரண்டு நிமிடங்களில், ஒரு கணத்தில் எங்களில் ஒருவன் இல்லாமல் ஆகப்போகிறான். ஒன்று குறையப்போகிறது, ஒரு சிந்திக்கும் மூளை இல்லாமல் போகப் போகிறது."

ஆம், எல்லா மரண தண்டனைகளும் குற்றவாளிகளை அல்ல, சிந்திக்கும் மனித உயிர்களைக் கொல்கின்றன. குற்றங்களை ஒழிப்பதற்குப் பதில் குற்றவாளிகளை ஒழித்துக்கட்டுகின்றன. குற்றங்கள் தொடர்கின்றன.

பிப் 23, 2022

முதல் பதிப்பின் முன்னுரை

நமது அரசு மற்றும் நீதிமன்றத்தின் நடவடிக்கைகள் மரண தண்டனை ஒழிக்கப்பட வேண்டும் என்பதற்கான நியாயங்களை நாளுக்கு நாள் வழங்கிக்கொண்டே உள்ளன. ஒரு ஜனநாயக அரசிற்குரிய நியதிகளை எல்லாம் மீறி, கட்டிய மனைவிக்கும் பெற்ற மகனுக்கும் கூடத் தெரியாமல், மிகவும் அருவருக்கத்தக்க வகையில், உயிர்களைப் பறிக்கும் நிலையை நமது அரசு மேற்கொள்வது மட்டுமின்றி அதை நியாயப்படுத்தவும் செய்கிறது. அப்சல் குருவை அவர்கள் அப்படித்தான் தூக்கிலிட்டுக் கொன்றார்கள். இப்படி இரகசியமாகத் தூக்கிலிடுவதை வெளிப்படையாக நியாயப்படுத்துகிறார் உள்துறை அமைச்சர் சுஷில் குமார் ஷிண்டே. கருணை மனுக்களின் தற்போதைய நிலை குறித்த உண்மைகளைச் சொல்ல இயலாது எனக் கையை விரிக்கிறது குடியரசுத் தலைவரின் செயலகம்.

இன்னொரு பக்கம் எந்தப் பிரச்சினையிலும் இறுதி நீதியை வழங்கும் அதிகாரமிக்க உச்ச நீதிமன்றம் இந்த உயிர்ப் பிரச்சினையில், தான் ஏற்கனவே வழங்கியுள்ள தீர்ப்புகள் சில தவறானவை என வெளிப்படையாக அறிவிக்கிறது. தூக்குக் கொட்டடி வாசலில் கடந்த பல ஆண்டுகளாக நின்று

கொண்டுள்ள, குறைந்தபட்சம் 14 + 3 = 17 கைதிகளுக்கு வழங்கப்பட்டுள்ள மரண தண்டனைகள் தவறானவை என முன்னாள் உச்ச நீதிமன்ற நீதியரசர்கள் அறிவிக்கின்றனர். அவர்களுக்கு மன்னிப்பையேனும் அளியுங்கள் எனக் குடியரசுத் தலைவரிடம் மனு அளிக்கின்றனர்.

இவை குறித்து இந்நூலில் உள்ள பல கட்டுரைகள் மிக விரிவாகவும், உரிய சட்ட நுணுக்கங்களின் பின்னணியிலும் ஆராய்கின்றன.

மேல்முறையீட்டு மனுவை விசாரித்து மரண தண்டனையை உறுதி செய்யும் உச்ச நீதிமன்ற அமர்வுகளில் சில, கிட்டத்தட்ட கசாப்புக் கடைகளைப் போல அவர்களிடம் வரும் வழக்குகள் அனைத்திலும் மரண தண்டனைகளை வாரி வழங்குவதையும், வேறு சில அமர்வுகள் எல்லா வழக்குகளிலும் தண்டனையைக் குறைத்து ஆணையிடுவதையும் பார்க்கிறோம். எந்த அமர்வின் முன் தன் மனு வரவேண்டும் எனத் தேர்வு செய்யும் உரிமை இல்லாத மனுதாரருக்குத் தன் உயிர் பறிக்கப்படுவதும், நிலைக்கப் போவதும் முற்றிலும் இப்படி அவரது 'அதிர்ஷ்டம்' சார்ந்த ஒன்றாகிவிடுகிறது. அதிர்ஷ்டத்தை நம்பாதவர்கள் வேறு ஏதாவது விளக்கங்களை முயற்சித்துக்கொள்ள வேண்டியதுதான். இந்த அபத்தம் குறித்தும் உள்ளே உள்ள கட்டுரைகள் விரிவான ஆதாரங்களுடன் பேசுகின்றன.

இந்த நூலுக்கான கடைசிக் கட்டுரையை எழுதிக் கொண்டிருக்கும் போதுதான் தேவேந்திர சிங் புல்லார் வழக்கில் நீதிபதிகள் ஜி.எஸ்.சிங்வியும், எஸ்.ஜே.முகோபாத்யாவும் பயங்கரவாதக் குற்றம் சுமத்தப்பட்ட வழக்குகளில் மரண தண்டனை நிறைவேற்றத்திற்கான நீண்ட காலதாமதங்களால் ஏற்படும் மன உளைச்சல்களைக் கணக்கில் கொண்டு, அம் மரண தண்டனை குறைக்கப்பட வேண்டும் என்கிற நெறியை ஏற்க இயலாது எனத் தீர்ப்பளித்திருந்தனர். இது ஏப்ரல் 12 (2013) அன்று அளிக்கப்பட்டது. சரியாக அடுத்த இருபதாம் நாள் அதே அமர்வு மகேந்திரநாத் தாஸ் வழக்கில் தண்டனை நிறைவேற்றத்திற்கான 12 ஆண்டு கால தாமதத்தைக் கணக்கில்

கொண்டு, அவரது தண்டனையைக் குறைத்து ஆணையிட்டது.

இந்த முரண் எதைக் காட்டுகிறது? மேலோட்டமாகப் பார்க்கும்போது, குடியரசுத் தலைவர் கருணை அளிக்க மறுத்தபோதும், தண்டனை வழங்கலில் ஏற்பட்ட காலதாமதத்தை முன்னிட்டு நீதிமன்றம் தலையிட்டு தண்டனையைக் குறைக்கலாம்; ஆனால், பயங்கரவாதக் குற்றத்திற்காகத் தண்டிக்கப்பட்டவர்களுக்கு இது பொருந்தாது என்பதே நீதிமன்றத்தின் கருத்து என நாம் புரிந்துகொள்கிறோம். எனினும் இந்த இரு தீர்ப்புகளையும் கூர்ந்து நோக்கும்போது அவற்றுக்கிடையே உள்ள முரண்பாடு பல நுணுக்கமான சட்ட முரண்களைச் சுமந்துள்ளது வெளிப்படுகிறது.

தண்டனை நிறைவேற்றத்திற்கான காலதாமதத்தைக் கணக்கில் கொண்டு மரண தண்டனையை ஆயுள் தண்டனையாகக் குறைக்க உச்ச நீதிமன்றத்திற்கு அதிகாரமுண்டு என்பது "திரிவேணிபென் எதிர் குஜராத் அரசு" என்னும் வழக்கில் 1989ம் ஆண்டு ஐந்து நீதிபதிகள் கொண்ட உச்ச நீதிமன்ற அரசியல் சட்ட அமர்வு ஒன்று அளித்த தீர்ப்பின் ஊடாக மலர்ந்த ஒரு நீதிநெறி. பயங்கரவாதக் குற்றங்களுக்கு இது பொருந்தாது என எதுவும் அத் தீர்ப்பில் கூறப்படவில்லை. தவிரவும், திரிவேணிபென் தீர்ப்பு ஒரு முக்கிய நிபந்தனையை உள்ளடக்கியிருந்தது. நீதிமன்றம் காலதாமதத்தின் தன்மையையும் தண்டனை அறிவிக்கப்பட்டதற்குப் பிந்திய சூழல்கள் சட்டபூர்வமானவைதானா என்பதையும் மட்டுமே கணக்கில் கொள்ளவேண்டும்; எக்காரணம் கொண்டும் காலதாமதத்தைச் சாக்காக வைத்துக்கொண்டு தண்டனை வழங்கப்பட்டபோது வழக்கு தொடர்பாகக் கூறப்பட்ட முடிவுகளை விவாதிக்கக் கூடாது என்பதே அந்த நிபந்தனை *(the delay in jurisdiction would not enable the Court to reopen the conclusions reached by the Court while finally maintaining the sentence of death).*

ஆனால் சிங்வி அமர்வு புல்லார் தீர்ப்பின் இந்த முக்கிய நிபந்தனையைப் புறக்கணித்தது. தண்டனை குறைப்பு குறித்த முறையீட்டில் தீர்ப்பு வழங்க, அது காலதாமதத்தை மட்டும்

கணக்கில் கொள்ளாமல், புல்லாருக்கு மரண தண்டனை வழங்கப்பட்டபோது முன்வைக்கப்பட்ட முடிவை, அதாவது புல்லார் ஒரு பயங்கரவாதக் குற்றவாளி என்கிற முடிவைத் தன் இன்றைய தீர்ப்புக்குப் பயன்படுத்திக் கொண்டது. ஐந்து நீதிபதிகள் கொண்ட அரசியல்சட்ட அமர்வு ஒன்று அளித்த ஒரு தீர்ப்பை இரண்டு நீதிபதிகள் கொண்ட ஒரு அமர்வு மீறியது சட்ட நெறிமுறைகட்கு ஏற்புடையதல்ல.

சிங்வி அமர்வு அத்தோடு நிறுத்திக்கொள்ளவுமில்லை. கால தாமதத்தின் தன்மையையும் விவாதத்திற்கு எடுத்துக் கொண்டது. தண்டனை நிறைவேற்றத்தில் ஏற்பட்ட காலதாமதத்திற்கு அது ஒரு காரணத்தைக் கண்டுபிடித்தது. மே 2001 முதல் மே 2005 வரை புல்லார் சார்பாகப் பலரும் தண்டனை குறைப்பு மனுக்களையும் பல்வேறுபட்ட அழுத்தங்களையும் உள்நாட்டிலிருந்தும் வெளிநாடுகளிலிருந்தும் கொடுத்து வந்தனராம். "காலதாமதத்திற்கு இது ஒரு காரணமாக இருக்கலாம் எனத் தோன்றுகிறது" எனக் கூறி புல்லாரின் தண்டனை குறைப்பு மனுவைத் தள்ளுபடி செய்தது.

1993 செப்டம்பர் 10 அன்று, அன்றைய இளைஞர் காங்கிரஸ் தலைவர் மணீந்திரசிங் பிட்டா தன் பரிவாரங்களுடன் வந்து கொண்டிருந்தபோது நடத்திய ஆர்.டி.எக்ஸ் குண்டு தாக்குதலில் 9 பேர் கொல்லப்பட்டனர். 17 பேர் காயமடைந்தனர். பிட்டா காயங்களுடன் உயிர்தப்பினார். தேடப்பட்ட புல்லாரை ஃப்ரான்க்பர்ட் விமானத் தளத்தில் வைத்துக் கைது செய்த ஜெர்மன் அரசு அவரை இந்திய அரசிடம் ஒப்புவித்தது. தடா சட்டத்தில் விசாரிக்கப்பட்ட அவருக்கு வழங்கப்பட்ட மரண தண்டனையை நீதியரசர் அர்ஜித் பசாயத் தலைமையிலான மூவர் கொண்ட உச்ச நீதிமன்ற அமர்வு 2002ல் 2 : 1 என்ற வீதத்தில் உறுதிசெய்தது. புல்லாரின் ஒப்புதல் வாக்குமூலம் பிற சான்றுகளால் உறுதிப்படுத்தப்படவில்லை என்பதைச் சுட்டிக்காட்டி நீதியரசர் எம்.பி.ஷா மற்ற இருவரும் வழங்கிய மரண தண்டனைக்கு மறுப்பு தெரிவித்தார்.

புல்லாரைக் கைது செய்து இந்தியக் காவல்துறையிடம் ஒப்படைத்த ஜெர்மன் அரசு தனது நாட்டில் மரண தண்டனை இல்லாததால், ஒப்படைப்பு நெறிமுறைகளின்படி தமது நாட்டில் இல்லாத ஒரு தண்டனையை அவருக்கு வழங்கலாகாது என இந்திய அரசைக் கேட்டுக் கொண்டதும் குறிப்பிடத்தக்கது.

எனினும் இந்திய அரசு மனம் இளகவில்லை. புல்லாரின் கருணை மனுவை நிராகரிக்குமாறு உள்துறை அமைச்சகம் குடியரசுத் தலைவருக்குப் பரிந்துரைத்தது. மூவர் கொண்ட அமர்வில் ஒருவர் மறுப்புரைத்தாலும் கருணை அளிக்கப்பட வேண்டும் என்கிற நியதியை மீறி இந்தப் பரிந்துரை அளிக்கப்பட்டது. கலாம் தனது பதவிக் காலம் முழுவதும் அதன்மீது எந்த முடிவும் எடுக்கவில்லை. கலாம் போய் பிரதிபா வந்தபின்னும் உள்துறை அமைச்சகம் தனது முடிவை மறு பரிசீலனை செய்யத் தயாராக இல்லை.

2011ல் இத்தகைய நீண்ட கால தாமதத்தைக் காட்டித் தனது தண்டனையைக் குறைக்க வேண்டுமென புல்லார் உச்ச நீதிமன்றத்தை நாடினார். இதை அறிந்த உள்துறை அமைச்சகம் புல்லாரின் கோப்பைக் குடியரசுத் தலைவர் அலுவலகத்திலிருந்து திரும்பப்பெற்றது. அன்றைய உள்துறை அமைச்சர் சிதம்பரம், புல்லார் ஒரு பயங்கரவாதக் குற்றவாளி என்பதால் அவருக்குக் கருணை அளிக்க இயலாது எனக் குறிப்பு எழுதி மீண்டும் குடியரசுத் தலைவர் அலுவலகத்திற்கு அனுப்பினார். 2011 ஜூன் 13 அன்று பிரதிபா படேல், புல்லாரின் மனுவை நிராகரித்தார். புல்லார் தான் தொடுத்திருந்த வழக்கை இந்த நிராகரிப்பிற்கு எதிராக மாற்றிக்கொண்டார்.

இப்போது மகேந்திரநாத் தாஸ் வழக்கிற்கு வருவோம். அவரது கருணை மனுவைப் பரிசீலித்த குடியரசுத் தலைவர் அப்துல் கலாம், தாஸ் முன்கூட்டித் திட்டமிட்டுக் கொலை செய்யவில்லை என்பதை எடுத்துக் காட்டி, ஏதோ ஒரு சமனற்ற மனநிலையில் செய்யப்பட்ட குற்றத்திற்காக அவருக்கு மரண தண்டனையை நிறைவேற்ற வேண்டியதில்லை என உள் துறை அமைச்சகத்திற்குக் குறிப்பு அனுப்பினார் (செப் 30,

2005). மத மற்றும் அறவியற் கருத்துகள் மற்றும் கவுன்சிலிங் மூலம் அவரைத் திருத்த இயலும் என்றும் குறிப்பிட்டார். அடுத்த ஐந்தாண்டுகளுக்கு உள்துறை அமைச்சகம் இது தொடர்பாக எந்தப் பதிலையும் அளிக்கவில்லை. பிரதீபா பதவி ஏற்ற பின்னும் இது தொடர்ந்தது. அக்டோபர் *12, 2010* அன்று தாசின் கருணை மனுவை நிராகரிக்குமாறு உள்துறை அமைச்சகம் கருத்துத் தெரிவித்ததை ஏற்று பிரதீபா தாசின் மனுவை நிராகரித்தார்.

இது தொடர்பாக தாஸ் தொடர்ந்திருந்த வழக்கில் அவருக்குச் சாதகமான தீர்ப்பை வழங்கிய சிங்வி அமர்வு அதற்குச் சொன்ன காரணங்களில் ஒன்று, அக்டோபர் *12* அன்று உள்துறை அமைச்சகம் குடியரசுத் தலைவர் பிரதீபா படீலின் முன் வைத்த ஆவணங்களில் முந்தைய குடியரசுத் தலைவர் இது குறித்துத் தெரிவித்த கருத்தை அவரது கவனத்திற்குக் கொண்டுவரவில்லை என்பது. அதாவது கருணை மனுவை நிராகரித்த குடியரசுத் தலைவருக்கு அவ்வழக்கு மற்றும் மனு தொடர்பான உரிய தகவல்கள் தெரிவிக்கப்படாத நிலையில் அவர் அதைச் செய்திருந்தால் அந்த நிராகரிப்பு செல்லாது என்றாகிறது.

ஆனால் புல்லார் வழக்கில் குறைந்தபட்சம் இதுபோன்ற இரு முக்கிய தகவல்கள் குடியரசுத் தலைவரின் கவனத்திற்குக் கொண்டுவரப்படவில்லை. புல்லாருக்கு மரண தண்டனை வழங்கிய அமர்வில் பங்குபெற்ற மூன்று நீதிபதிகளில் ஒருவர் மரண தணடனையை ஏற்கவில்லை என்பதும், பிடித்து ஒப்படைத்தவர்களின் கருத்தை மீறி புல்லாருக்கு மரண தண்டனை வழங்குவது *1962ம்* ஆண்டின் குற்றவாளிகள் ஒப்படைப்புச் சட்ட விதிக்கு எதிரானது *(Section 34C of the Extradition Act, 1962)* என்கிற முக்கிய தகவல்கள்தான் அவை. இந்த உண்மைகளைக் கவனத்தில் எடுத்துக் கொள்ளாமலேயே புல்லாரின் கருணை மனு குடியரசுத் தலைவரால் நிராகரிக்கப்பட்டுள்ளது என்பதை சிங்வி அமர்வு கண்டுகொள்ளவில்லை.

எப்படிப் பார்த்தாலும் சிங்வி - முகோபாத்யாயா அமர்வு மூன்று வார இடைவெளிக்குள் ஒரே மாதிரியான இவ் இரு வழக்குகளிலும் அளித்துள்ள முரண்பட்ட தீர்ப்புகளை யாரும் விளக்கிவிட இயலாது. இத்தகைய விளக்க இயலா நிலை மரண தண்டனை ஒழிக்கப்பட வேண்டும் என்கிற கருத்திற்கு வலு சேர்க்கிறது. மரண தண்டனைத் தீர்ப்பு என்பது ஒரு குலுக்கல் சீட்டு மாதிரிதான் எனச் சொல்வதற்கு இதெல்லாம் சான்றுகள். குலுக்கல் சீட்டில் எந்தச் சீட்டு விழும் என்பதற்கு ஏதேனும் தர்க்கபூர்வமான நியாயங்கள் உண்டா? அப்படித்தான் நம் நீதிமன்றங்கள் வழங்கும் மரண தண்டனைகளும் அமைகின்றன.

மரண தண்டனைக்கு முற்றுப்புள்ளி வைக்க வேண்டும் எனும் நோக்கில் உரிய ஆதாரங்களையும், நியாயங்களையும் தொகுத்து எழுதப்பட்ட இந்நூல், இங்கு இன்றைய மரணதண்டனை வழக்குகள் பலவும் எவ்வாறு உலகளவில் பல ஜனநாயக நாடுகளில் ஏற்றுக்கொள்ளப்பட்ட நெறிகளுக்கும் பல நேரங்களில் நமது நாட்டுச் சட்ட நெறிகளுக்குமே எதிராக வழங்கப்படுவதோடு நிறைவேற்றவும் படுகின்றன என்பதை நிறுவுகிறது. இதை விளக்குவதற்காகவே இம் முன்னுரையை நான் புல்லாரின் வழக்கிலிருந்து தொடங்கியுள்ளேன்.

இந்நூலில் பின்னிணைப்பாக இணைக்கப்பட்டுள்ள "அஃப்சல் குரு தூக்கிலிடப்படத்தான் வேண்டுமா?" எனும் குறுநூல் 2006ல் குருவிற்கு மரண தண்டனை உறுதிசெய்யப்பட்டு, நாடெங்கிலும் இந்துத்துவ சக்திகள் அவரது உயிரைக் காவு கேட்டுக்கொண்டிருந்த பின்னணியில் வெளியிடப்பட்டு, பெரிய அளவில் தமிழ்ச் சூழலில் வரவேற்பிற்குள்ளானது. டெல்லியில் இக்குறுநூல் ஆங்கிலத்தில் வெளியிடப்பட்டு, எங்கள் கைக்குக் கிடைத்த ஒரு வாரத்தில் அதை மொழிபெயர்த்து, அடுத்த சில நாட்களில் அதை வெளியிடவும் செய்தோம். ராம் புனியாணியின் கட்டுரை மொழியாக்கமும், அன்றைய குடியரசுத் தலைவர் அப்துல் கலாம் அவர்களுக்கு நான் எழுதிய கடித வடிவக் கட்டுரையும் தமிழ் மொழியாக்கத்தில் கூடுதலாய் இணைக்கப்பட்டன. டெல்லி நண்பர்கள், "கலாம்,

உங்கள் ஊர்க்காரராயிற்றே, தமிழில் உள்ள இந்த வெளியீட்டை ஒருவேளை அவர் முழுமையாகப் படிக்கலாம். அவரை ஒரு குழுவாய்ச் சென்று சந்திக்கப்போகிறோம். அப்போது கொடுக்கிறோம்" என அதைக் கேட்டு வாங்கிக் கொண்டார்கள். 'மனித நீதிப் பாசறை' அமைப்பின் சார்பாக, 'விடியல் வெள்ளி' இதழின் அன்றைய ஆசிரியர் குலாம் முகம்மது அவர்கள் இக்குறுநூற் பிரதிகளை நூற்றுக் கணக்கில் வாங்கித் தமிழகமெங்கும் பிரச்சாரப் பயணம் மேற்கொண்டு மக்களிடம் கொண்டு சேர்த்தார்.

நான்காண்டுகளுக்கு முன் முஸ்லிம் சிறைக் கைதிகளின் விடுதலைக்காக நாங்கள் கூட்டிய மாநாட்டிற்காக பேரா. எஸ்.ஏ.அர். கீலானி சென்னைக்கு வந்தபோது கருப்புப் பிரதிகள் நீலகண்டனை அவருக்கு அறிமுகம் செய்து இந்தக் குறுநூற் பிரதியை அவரிடம் அளித்தபோது, அவர் நெகிழ்ந்துபோனார்.

அன்று அஃப்சல் குரு உயிருடன் இருந்தார். இன்று அவர் நம்முடன் இல்லை. உலகின் மிகப் பெரிய ஜனநாயக நாடு எனத் தன்னைப்பற்றிப் பீற்றிக்கொள்ளும் இந்திய அரசு, ஒரு திருடனினும் கேவலமாக நள்ளிரவில் அவரது கொட்டடிக்குள் புகுந்து யாருக்கும் தெரியாமல் அவரது உயிரைக் காவுகொண்டது. உயிருடன் இருந்தபோதும் இறுதி நேரத்தில் அவர் தனது அன்பு மனைவியையும் ஆசை மகனையும் சந்திக்க அனுமதிக்கப்படவில்லை. அவரது உயிர் பறிக்கப்பட்ட உடலுக்கும் அஞ்சலி செலுத்தி, இறுதிக் கடமைகளை ஆற்றவும் அவரது குடும்பத்தாருக்கு வாய்க்கவில்லை.

அப்பட்டமான ஓட்டு வங்கி அரசியலுக்காக, காஷ்மீர மக்கள் மேலும் அந்நியப்பட்டுப் போவது குறித்துக் கிஞ்சித்தும் கவலை கொள்ளாமல் அஃப்சல் விஷயத்தில் அற்பத்தனமாகவும் கொடூரமாகவும் நடந்துகொண்டது காங்கிரஸ் அரசு. அஃப்சலின் வழக்கு நடத்தப்பட்டு அவருக்கு மரண தண்டனை வழங்கப்பட்ட வரலாறு ஒன்று போதும், ஏன் மரண தண்டனை சட்ட நூற்களிலிருந்து ஒழிக்கப்பட வேண்டும் என்பதற்கு. நமது

அரசியல்வாதிகள், அரசு நிர்வாகம், உளவுத்துறை, நீதிமன்றம் அனைத்தும் இணைந்து மேற்கொண்ட படுகொலை அது. அவ்வழக்கு விசாரணையில் இருந்தபோது நாள்தோறும் அருகிருந்து செய்தி அனுப்பிய பத்திரிகையாளர் அஞ்சலி மோடியின் அற்புதமான கட்டுரையும் (*Chronicle of a Death Foretold : The Story of Mohammed Afsal, EPW, March 16, 2013*), புகழ்பெற்ற வழக்குரைஞரும், அரசியல் சட்ட வல்லுனருமான ஏ.ஜி.நூரானியின் *How a Life Was Rendered 'Extinct', Frontline, May 31*, என்கிற கருத்துச் செறிவும், இலக்கிய நயமும், சட்ட நுணுக்கங்களும் மிக்க ஆய்வும் அஃப்சல் குரு வழக்கில் இந்திய நீதிமன்றங்கள் எவ்வாறு அநீதிமன்றங்களாக நடந்துகொண்டன என்கிற கொடுமையை விளக்கப் போதுமானவை..

ஒரு கைதி, அவர் கைது செய்யப்பட்ட கணத்திலிருந்தே வழக்குரைஞரை அமைத்துக்கொள்ள உரிமை பெற்றவர் ஆகிறார். ஆனால் அஃப்சலுக்கோ விசாரணைக் காலத்தின் பெரும்பகுதியும் வழக்குரைஞர் யாருமில்லாமலே கழிந்தது. பிறகும் கூட அவருக்காக நியமிக்கப்பட்ட வழக்குரைஞர்கள் அவருக்குத் துரோகம் இழைத்தனர். "ஆம் நான் அஃப்சலைச் சித்திரவதை செய்தேன். அவன் ஆசன வாயில் பெட்ரோலை ஊற்றினேன். அவனுக்கு எலெக்ட்ரிக் ஷாக் கொடுத்தேன்" என்றெல்லாம் விளாவாரியாகப் பேட்டிகொடுத்த டி.எஸ்.பி. டிராவின்டர்சிங், பத்திரிகையாளர் சந்திப்பில் எல்லோருக்கும் முன் அவரை மிரட்டிய உதவி ஆணையரும். என்கவுன்டர் ஸ்பெஷலிஸ்ட் என அறியப்பட்டவனும், ஊழலில் சேர்த்த பணத்தை ரியல் எஸ்டேட்டில் முடக்கி அதில் வந்த தகராறில் தொழிற் கூட்டாளி ஒருவனால் சுட்டுக் கொல்லப்பட்டவனுமான ராஜ்பீர் சிங் முதலான இவர்கள் யாரும் முறையாக விசாரிக்கப்படவில்லை.

விசாரணை நீதிமன்றம், உயர் நீதிமன்றம், உச்ச நீதிமன்றம் ஆகியவற்றில் தீர்ப்புகளை எழுதிய மாண்புமிகு நீதியரசர்கள் திங்ரா, உஷா மேஹ்ரா, ப்ரதீப் நவ்ஜோக், பி.வெங்கட்ராம ரெட்டி, பி.பி.நவ்லேகர் எல்லோரும் அஃப்சலுக்கு மரண

தண்டனை வழங்குவதற்கும், அதை உறுதிப்படுத்துவதற்குமான நியாயங்களுக்கு ஏற்பட்ட பஞ்சத்தின் விளைவாக, தேசபக்திச் சொல்லாடல்களில் சரண் புகுந்தனர். பாராளுமன்றத் தாக்குதலின் விளைவாக இந்தியா ஒரு போரின் விளிம்புவரை அல்லவா சென்று திரும்பியது என வியந்தனர் நம் உயர் நீதிமன்ற நீதிபதிகள். சமூகத்தின் கூட்டு மனசாட்சியைத் திருப்தி செய்வதற்கு இந்த மரண தண்டனை அவசியம் என்றனர் உச்ச நீதிமன்ற நீதியரசர்கள். "(அஃப்சல்) தேசத் துரோகத்தைத் திரும்பத் திரும்பச் செய்யும் மனச் சாய்வுடையவன். அவன் இந்தச் சமூகத்தின் தீமை, அவன் வாழ்வு அழித்தொழிக்கப்படவேண்டும்" எனக் கொஞ்சமும் கூசாமல் தீர்ப்பெழுதினர் உச்ச நீதியரசர்கள்.

நூரானி சொல்வார்: "தேசத் துரோகத்தைத் திரும்பத் திரும்பச் செய்யும் மனச் சாய்வுடையவன் என்கிற குற்றச்சாட்டை, வழக்கு தொடுத்த காவல்துறை கூட முன்வைக்கவில்லை. ஒரு நீதிபதி இப்படிச் சொன்னாரே... ஒரு கீழ்த்தரமான சினிமா வில்லனைப் போல உன் உயிரை வாங்காமல் இருக்க மாட்டேன் என வசனம் எழுதும் வழக்கம் உலக நீதி வழங்கு வரலாற்றில் எங்கேனும் உண்டா? மரண தண்டனை தவிர்க்க இயலாது என வரும்போது மிகுந்த தயக்கம், வேதனை, பச்சாதாபம், ரொம்பவும் மோசமான குற்றமாயினும் கூட சொற்களில் மிகுந்த கட்டுப்பாடு ஆகியவற்றுடன்தானே அந்த இறுதி வரிகளை எழுதுவது வழக்கம்?"

"சமூகத்தின் கூட்டு மனசாட்சியைத் திருப்தி செய்வதற்காகத்தான் மரண தண்டனை வழங்கலாயிற்று" என்கிற தீர்ப்பு வாசகங்கள் பலராலும் அப்போது விமர்சிக்கப்பட்டது. நூரானி கேட்பார்: "இத்தகைய சொற்களைத் தயக்கமின்றிப் பயன்படுத்திய இந்த நீதிபதிகள் எந்த அளவிற்கு வழக்கு தொடர்பான சிக்கலான உண்மைகளையும் சட்ட நுணுக்கங்களையும் நியாயமாகவும், நடுநிலையுடனும், உணர்ச்சிகளுக்கு இடமளிக்காமலும் எதிர்கொண்டிருப்பர்?"

குற்றவியல் வழக்குகளைப் பொறுத்தமட்டில் அங்கே தேசபக்தி அல்லது வேறு வகைக் கருத்தாடல்களுக்கு இடமில்லை. நீதிமன்றத்தின் பணி அதன் முன் வைக்கப்பட்டுள்ள தொடர்புடைய உண்மைகளையும், ஆதாரங்களையும், சாட்சியங்களையும் நடுநிலையோடு ஆய்வு செய்து, ஏற்றுக் கொள்ளப்பட்ட நியதிகளின் வழிநின்று தீர்ப்பு எழுதுவதே.

லார்ட் மேன்ஸ்ஃபீல்டை மேற்கோள்காட்டி நூரானி கூறுவார்: " 'அரசின் காரணங்கள்' தீர்ப்பில் செல்வாக்கு செலுத்துவதை அரசியல் சட்டம் அனுமதிப்பதில்லை. இந்தப் பிரபஞ்சமே இடிந்து விழுந்தாலும் நீதியை உரைப்பதே நீதிமன்றத்தின் கடன்". எனில் யுத்தத்தையோ, தேசபக்தியையோ, கூட்டு மன சாட்சியையோ காரணம் காட்டி நீதிக்குப் புறம்பாக ஓர் உயிரைப் பறிப்பது என்ன நியாயம்?

ஆனாலும் மரண தண்டனை அல்லது போலி என்கவுன்டர் முதலான விவாதங்களில் பெரும்பான்மைச் சமூகத்தின் பொதுப் புத்தி இவற்றிற்கு ஆதரவாக இருப்பதே நாம் எதிர்கொள்ளும் மிகப் பெரிய பிரச்சினை. சமூகக் கருத்துருவாக்கத்தில் முக்கிய பங்கு வகிக்கும் ஊடகங்கள், அதுவும் மாநில மொழி ஊடகங்கள் பொதுப் புத்தியில் ஆதிக்கம் செலுத்தும் மரண தண்டனை ஆதரவுக் கருத்துகளுக்கு வலுசேர்ப்பவையாகவே உள்ள நிலை மேலும் கவலைக்குரிய ஒன்றாக உள்ளது. அஃப்சலின் மரண தண்டனை நிறைவேற்றப்பட்டபோது நமது தமிழ் ஊடகங்கள் அதை எவ்வாறு எதிர்கொண்டன என்பது குறித்து மிக விரிவான ஓர் ஆய்வை 'கவனிக்கிறோம்' என்கிற ஊடகக் கவனிப்பு வலைதளம் ஒன்றில் ஆசிரியை மீனா முன்வைத்திருந்தது இங்கே குறிபிடத்தக்கது (மீனா, "அப்சல் குரு: இரண்டாவது முறை தூக்கிலிட்ட நாளிதழ்கள்" *http://gavanikkirom.blogspot.in/2013/02/ blog-post.html?m=1.* இதே தளத்தில் இதுகுறித்த அவரது மேலும் இரு கட்டுரைகளையும் காணலாம்.) இந்து குழும இதழ்களான இந்து நாளிதழ் மற்றும் ஃப்ரன்ட்லைன் மாதமிருமுறை இதழ்கள் ஆகியன பொதுப் போக்கின் விதி விலக்குகள். இந்த இதழ்களில் வெளிவந்த பல கட்டுரைகள், குறிப்பாக வி.வெங்கடேசனின்

கட்டுரைகள் இந்த நூல் உருவாக்கத்தில் பெரிதும் பயன்பட்டன.

ராஜீவ் கொலை வழக்கில் 26 பேருக்கு மரண தண்டனை வழங்கப்பட்டபோது அதற்கு எதிராகத் தமிழ் எழுத்தாளர்கள் மாநாடொன்று சென்னை அரசு நூலக "எல்.எல்.ஏ" அரங்கில் நடத்தப்பட்டது. அதில் நான் பேசியதும் இந்தத் தொகுப்பில் இடம் பெறுகிறது. "உறுதிப்பாடுகளின் சாத்தியமின்மை" என்கிற பின்நவீனக் கருத்தாக்கத்தினடியாக மரண தண்டனை வழங்கலின் அபத்தத்தை அதில் விளக்கியுள்ளேன்.

மரண தண்டனைக்கு எதிராகத் தமிழில் பல வெளியீடுகள் வந்துள்ளன. நமது சட்டங்கள், நீதிமன்றங்கள் அவற்றை அணுகுதலில் உள்ள பிரச்சினைகள், "அரிதிலும் அரிதான வழக்குகளில் மட்டுமே மரண தண்டனை வழங்கப்படவேண்டும்" என்கிற நெறி உணர்த்தும் பொருள் முதலியன குறித்த சற்று ஆழமான கருத்துகள் இத் தொகுப்பில் விரிவாக விவாதிக்கப்பட்டுள்ளன. மரண தண்டனை அளித்தலின் அறவியற் சிக்கல்களை ஒரு கட்டுரை விரிவாக விவாதிக்கிறது. மறைந்த மனித உரிமைப் போராளி டாக்டர் பாலகோபால் அவர்கள் இது குறித்து எழுதியுள்ளவை இக்கட்டுரை ஆக்கத்தில் பெரிதும் பயன்பட்டன.

இக்கட்டுரைகள் சில எனது முகநூல் மற்றும் வலை தளத்தில் வெளிவந்தபோது படித்துக் கருத்து சொன்ன நண்பர்களுக்கு என் நன்றிகள்.

மே 23 2013

1

அஜ்மல் கசாப் தூக்கு சில குறிப்புகள்

பாகிஸ்தானில் இருந்து செயல்படும் பயங்கரவாத அமைப்பான லக்ஷர் ஏ தொய்பாவின் மும்பைத் தாக்குதலில் கருவியாகப் பயன்படுத்தப்பட்ட அஜ்மல் கசாப்பின் மரண தண்டனை 2013 இல் இரகசியமாக நிறைவேற்றப்பட்டது. 2008 நவம்பர் 27 தொடங்கி கடும் பாதுகாப்புடன் மும்பை ஆர்தர் ரோடு சிறையில் வைக்கப்பட்டிருந்த இந்த இளம் கொலையாளியை, 110 கோடி இந்திய மக்களுக்கும் தெரியாமல், மூன்று நாட்களுக்கு முன் புனேயிலுள்ள எரவாடா சிறைக்குக் கொண்டுசென்று பிப் 09, 2013) காலை ஏழரை மணிக்குத் தூக்கிலிட்டு, மதியத்திற்குள் சிறை வளாகத்திலேயே உடலைப் புதைத்துக் கதை முடித்தது குறித்து இந்திய அரசு இதை ஒரு சாதனை எனப் பெருமை கொள்கிறது. இந்திய மக்களுக்கு என்ன, பிரதமர் மன்மோகனுக்கும் காங்கிரஸ் தலைவர் சோனியாவுக்கும் கூடத் தெரியாதாம் என்றெல்லாம் செய்திகள் கசியவிடப்படுகின்றன.

'ஆபரேஷன் எக்ஸ்' என இந்த இரகசியத் தூக்கிற்குப் பெயரிட்டு, அதற்கான கோப்புக்கு 'சி-7096' என்கிற எண்ணிட்டு அதில்

மத்திய உள்துறை அமைச்சர் சுஷில்குமார் ஷிண்டே சென்ற 7ம்தேதி கையெழுத்திட்டாராம். உள்துறைச் செயலர் ஆர். கே.சிங், அயலுறவுச் செயலர் ரஞ்சன் மத்தாய், தேசியப் பாதுகாப்பு ஆலோசகர் சிவசங்கரமேனன் என விரல்விட்டு எண்ணக்கூடிய ஒரு சிலருக்கிடையில் மட்டுமே இத் திட்டம் பகிர்ந்துகொள்ளப்பட்டதாம். 2009 முதல் 19 கோடி ரூபாய் செலவில், கசாப் அடைக்கப்பட்டிருந்த சிறைக்கொட்டடியைக் காத்துக்கொண்டிருந்த 200 இந்திய-திபெத் எல்லைக் காவல் படையினருக்கும் கூடத் தெரியாமல் கசாப்பை அங்கிருந்து எரவாடா சிறைக்கு அகற்றி, நேற்று காரியத்தை முடித்தார்களாம். 'ஆபரேஷன் ஜெரோனிமா' என்கிற பெயரில் அமெரிக்க அரசு படு இரகசியமாக ஒசாமா பின்லேடனின் கதையை முடித்து உடலைக் கடலில் எறிந்ததே, அந்த நடவடிக்கைதான் இந்த 'ஆபரேஷன் எக்ஸ்' – இன் முன்மாதிரியாம்.

இதெல்லாம் அரசு தந்துள்ள தகவல்களின் அடிப்படையில் இன்றைய நாளிதழ்கள் எழுதிக் குவித்துள்ளவை. சுமார் 309 பேர்கள் இன்று மரண தண்டனை விதிக்கப்பட்டு இந்தியச் சிறைகளில் தூக்குக் கயிற்றை எதிர்நோக்கிக் காத்திருக்கின்றனர். இதில் ராஜிவ் கொலையில் மரண தண்டனை விதிக்கப்பட்டுள்ள மூவரும் அடக்கம். குடியரசுத் தலைவர் பிரணாப் முகர்ஜியின் மேசையில் சுமார் 22 கருணை மனுக்கள் காத்திருக்கின்றன. இதில் 2001ம் ஆண்டு பாராளுமன்றத் தாக்குதல் வழக்கில் குற்றம் சாட்டப்பட்டு மரண தண்டனை விதிக்கப்பட்ட அப்சல் குருவின் மனுவும் அடக்கம். இவ்வளவு பேரையும் தாண்டி ஒப்பீட்டளவில் சமீபமாக மரண தண்டனை உறுதி செய்யப்பட்ட கசாப்பை அவசர அவசரமாகத் தூக்கிலிட்டுப் பெருமை கொள்கிறது இந்திய அரசு.

நவம்பர் 27, 2007ல் கசாப் கைது செய்யப்பட்டான். 2010 மே 6 அன்று விசாரணை நீதிமன்றம் அவனுக்கு மரண தண்டனை விதிக்கிறது. 2011 பிப்ரவரி 21ல் மும்பை உயர் நீதிமன்றம் தண்டனையை உறுதி செய்தது. 2012 ஆகஸ்ட் 29ல் உச்ச நீதிமன்றம் உறுதி செய்தது. சென்ற மாதம் 16ம்தேதி உள்துறை

அமைச்சகம் கசாபின் கருணை மனுவை நிராகரிக்குமாறு குடியரசுத் தலைவருக்குப் பரிந்துரை செய்தது. பரிந்துரையை அப்படியே ஏற்ற குடியரசுத் தலைவர் இந்த மாதம் (நவம்பர்) 5ம் நாள் கருணை மனுவை நிராகரித்துக் கையெழுத்திட்டார். அடுத்த இரண்டாம் நாள் மகாராஷ்டிர அரசு கசாப்பை சாகும்வரை தூக்கிலிடும் ஆணையில் கையெழுத்திட்டது. அடுத்த இரண்டு நாட்களில் (நவ 17 அன்று) தூக்கிலிடப்போகும் செய்தி கசாபுக்குத் தெரிவிக்கப்பட்டது. 19ம்தேதி படு இரகசியமாக அவன் எரவாடா சிறைக்குக் கொண்டு செல்லப்பட்டான். 21ல் தூக்கில் தொங்கவிடப்பட்டான். அரசு மிகத் துரிதமாகத்தான் வேலை செய்துள்ளது.

இவ்வளவு விரைவாக ஒரு கருணை மனுவின் மீது குடியரசுத் தலைவர் முடிவெடுத்தது இந்திய வரலாற்றிலேயே இது இரண்டவது தடவை என்கிறார்கள். அப்படி என்ன அவசரம் என்கிற கேள்வியை எல்லோரும் எழுப்பிவிட்டனர். பொதுவாக இதுபோன்றவற்றில் வரிசைப்படி முடிவெடுப்பதுதான் வழக்கம். இதுகுறித்துக் கேட்டபோது, "அதுதான் வழக்கமென்றாலும் அப்படித்தான் செய்ய வேண்டுமென விதி ஏதுமில்லை" எனப் பதிலளிக்கப்பட்டுள்ளது.

இந்திய அரசியல் சட்டத்தின் 72 மற்றும் 161வது பிரிவுகள் குடியரசுத் தலைவருக்கும் மாநில ஆளுநர்களுக்கும் மரண தண்டனைக் கைதிகளை மன்னித்து ஆயுள் தண்டனையாகக் குறைக்கும் அதிகாரத்தை வழங்கியுள்ளது. அதேபோல பிற தண்டனைகளையும் அவர்கள் குறைக்கலாம். எனினும் அமைச்சரவையின் ஆலோசனையின் அடிப்படையிலேயே அவர்கள் இதைச் செய்ய இயலும். ஒருவேளை அமைச்சரவை மன்னிப்பு அளிக்கக் கூடாது எனப் பரிந்துரைத்தும்கூடக் குடியரசுத் தலைவரின் கருணை மனம் அதை ஏற்கவில்லையாயின், அவர் பரிந்துரையைத் திருப்பி அனுப்பி, அமைச்சரவையை மறுபரிசீலனை செய்யச் சொல்லலாம். மன்னிப்பு அளிக்கக் கூடாது என மறுபடியும் அமைச்சரவை பரிந்துரைத்தால், ஒன்று அவர் அதை ஏற்கலாம்; அல்லது தன் பதவிக்காலம் முடியும்

வரை மனுவின்மீது முடிவெடுக்காமலேயே இருந்துவிட்டுப் போகலாம். குடியரசுத் தலைவர்கள் இப்படியான நிலை எடுத்தமைக்குப் பல எடுத்துக்காட்டுகள் உண்டு.

நாடாளுமன்ற ஆட்சி முறையில் அமைச்சரவையே கூடுதல் அதிகாரம் உள்ளதாயினும் இவ்வாறு மன்னிப்பு அளிப்பது குடியரசுத் தலைவருக்கும் ஆளுநர்களுக்கும் அளிக்கப்பட்டுள்ள ஒரு சிறப்பு அதிகாரம். சட்டபூர்வமான அதிகாரம் என்பதைக் காட்டிலும் அது அவர்களுக்கு அளிக்கப்பட்ட அற அடிப்படையிலான அதிகாரம். குடியரசுத் தலைவர் என்பவர் குடிமக்களின் தந்தைக்குச் சமமானவர். அரசு தன் அதிகாரத்தைப் பயன்படுத்தித் தவறிழைக்கும்போது அற அடிப்படையில் அவர் தலையிட வேண்டியவர். அத்தகைய பரந்த விசாலமான மனம் அவருக்குத் தேவை. சுமார் எட்டாண்டுகளுக்கு முன் சென்னை உயர் நீதிமன்றக் கிளையை மதுரையில் துவக்கிவைத்த அன்றைய உயர் நீதிமன்றத் தலைமை நீதிபதி மார்க்கண்டேய கட்ஜூ பேசியது இன்னும் என் நினைவில் உள்ளது. நீதிபதிகள் நீதிவழங்கும் மன விசாலிப்பை என்னேரமும் வளர்த்துத் தக்கவைத்துக் கொள்ள வேண்டும் என்கிற பொருளில் அவர் பேசியிருப்பார். மன்னிப்பு வழங்கும் ஓர் உன்னதமான இடத்தில் அமர்ந்துள்ள ஒருவர் இத்தகைய எல்லையற்ற கருணை மனம் உடையவராக இருக்க வேண்டும்.

ராஜேந்திர பிரசாத், ராதாகிருஷ்ணன் போன்றோர் இத்தகைய கருணை மனம் கொண்டவர்களாக இருந்துள்ளனர் என இதுகுறித்து ஆய்வு செய்துள்ளவர்கள் குறிப்பிடுகின்றனர். அமைச்சரவையின் பரிந்துரைகளை மறு பரிசீலனை செய்யுமாறு வற்புறுத்தி அவர்கள் பல உயிர்களைக் காப்பாற்றியுள்ளனர். ஆர். வெங்கட்ராமன், சங்கர் தயாள் சர்மா ஆகிய இரு குடியரசுத் தலைவர்கள் மட்டுமே அமைச்சரவைகளின் பரிந்துரைகளை அப்படியே ஏற்றுக்கொண்டனர் எனச் சொல்கிறார்கள். மிக உறுதியான ஒரு காங்கிரஸ்காரரும் நேரு குடும்ப விசுவாசியுமான பிரணாப் முகர்ஜி இப்போது அந்த வரிசையில் சேர்ந்துள்ளார். காங்கிரஸ் கட்சிக்கு இன்று ஏற்பட்டுள்ள நெருக்கடிகள், அடுத்த

நாள் தொடங்க இருந்த பாராளுமன்றத் தொடரில் ஒரு நம்பிக்கை இல்லாத் தீர்மானத்தை எதிர்கொள்ள வேண்டிய சூழல், விரைவில் நடக்க உள்ள நாடாளுமன்றத் தேர்தல், பால் தாக்கரேயின் மரணத்தை ஒட்டி இங்கே கிளர்ந்துள்ள வலதுசாரி இந்துத்துவ மனநிலை ஆகிய பின்னணியில் காங்கிரஸ் கட்சி மக்களின் கவனத்தைத் திசை திருப்ப மேற்கொண்ட ஒரு முயற்சிக்கு முகர்ஜி துணைபோயுள்ளார். கருணையுள்ள குடியரசுத் தலைவர் என்பதைக் காட்டிலும் விசுவாசமான காங்கிரஸ்காரர் என்கிற பெயரைத் தக்கவைப்பதற்கே அவர் முன்னுரிமை அளித்துள்ளார்.

இப்படி நான் சொல்லும்போது ஏன் ஒரு பயங்கரவாதிக்குக் கருணை காட்டியிருக்க வேண்டும் என்கிற கேள்வி பல திசைகளிலிருந்தும் வீசப்படுவதை என்னால் உணர முடிகிறது. இந்திய மக்களில் பெரும்பாலானவர்களின் கருத்து அதுதான். ஏ.கே. ரகத் துப்பாக்கியைக் கையில் ஏந்தி 156 அப்பாவிப் பொது மக்களைக் கொன்று குவித்த பத்துப் பேர்களில் ஒருவனாக எத்தனை முறை அவனை அவர்கள் தொலைக்காட்சிகளில் பார்த்திருப்பார்கள். இத்தகைய பயங்கரவாதிக்கு எப்படி ஒரு நாட்டின் குடியரசுத் தலைவர் கருணை காட்ட முடியும். நிச்சயமாக கசாப், லக்ஷர் ஏ தொய்பாவால் பயிற்றுவித்து அனுப்பப்பட்ட ஒரு பயங்கரவாதி என்பதையும். 2008 நவம்பர் 26 அன்று அவர்கள் மேற்கொண்ட பயங்கரவாதச் செயலை ஏற்கவே இயலாது என்பதிலும் யாருக்கும் கருத்து வேறுபாடு இருக்க இயலாது.

ஆனால், இங்கொன்றை மனதில் நிறுத்தவேண்டும். குடியரசுத் தலைவரின் கருணை என்பது கருணை காட்டப்படுபவர் செய்த குற்றத்தின் தன்மை, அளவு, நீதிமன்றம் எந்த அடிப்படையில் அந்தத் தண்டனையை அளித்தது என்பதைப் பொறுத்தது அல்ல. கருணை காட்டுவது என்பது முற்றிலும் இதற்கெல்லாம் அப்பாற்பட்டு, முற்றிலும் இதர மனித நேய அடிப்படைகளில் செய்யப்படுவது. இன்றைய இந்து நாளிதழில் வி.வெங்கடேசன் குறிப்பிட்டுள்ள ஒரு தகவலை எடுத்துக்காட்டாகச் சொல்லலாம்.

பரமானந்த சரண் என்பவருக்குத் தன் மனைவியை எரித்துக் கொன்றதற்காக மரண தண்டனை விதிக்கப்பட்டது, அமைச்சரவையின் பரிந்துரையின் பேரில் குடியரசுத் தலைவர் ராஜேந்திர பிரசாத் சரணின் கருணை மனுவை நிராகரித்தார்.

எனினும் சரண் தூக்கிலிடப்படுவதற்கு முன்னதாக அவரது மாமனார் இன்னொரு கருணை மனுவை அனுப்பிவைத்தார். இறந்துபோன தனது மகளுக்கும் சரணுக்கும் பிறந்த ஐந்து வயது மகனின் எதிர்காலத்தை உத்தேசித்து அவருக்குக் கருணை அளிக்கக் கோரியது அம்மனு. இந்த மனுவின் அடிப்படையில் உள்துறை அமைச்சகம் அளித்த பரிந்துரையை ஏற்று அவருக்குக் கருணை அளிக்கப்பட்டது (1962).

மனித உரிமை அமைப்புகள் இன்று கசாப் தூகிலிடப்பட்டதைக் கண்டிப்பதும் இந்த நோக்கிலிருந்துதான். கசாப் என்கிற நபரைத் தூக்கிலிட்டதற்காகக் கண்டிக்கவில்லை. மரண தண்டனை யாருக்குமே அளிக்கப்படக்கூடாது என்பதற்காகவும், அது கசாபுக்கு நிறைவேற்றப்பட்ட விதத்திற்காகவும்தான் நாம் அதைக் கண்டிக்க வேண்டியுள்ளது. மரண தண்டனை கூடாது என்பதற்கு அறம் சார்ந்த காரணம் தவிர நடைமுறை ரீதியாகவும் சில காரணங்களை நாம் சொல்ல இயலும். வழக்கு விசாரணையில் நிகழக்கூடிய தவறின் விளைவாக ஒருவருக்குத் தவறாக மரண தண்டனை வழங்க வாய்ப்புண்டு என்பது மரண தண்டனைக்கு எதிரான முதல் காரணம். எனவே திருப்பிச் சரிசெய்ய இயலாத இத்தண்டனையை யாருக்கும் வழங்கக்கூடாது. தற்போது உச்ச நீதிமன்றம் 13 பேர்களுக்குத் தான் வழங்கியுள்ள மரண தண்டனை தவறனது என ஏற்றுக் கொண்டுள்ளது. தவறான சட்ட முன்னுதாரணங்களைப் பின்பற்றியதன் விளைவு இது எனவும் அது கூறியுள்ளது. முன்னாள் நீதிபதிகள் பதினான்கு பேர்கள் அந்தப் பதின்மூன்று பேர்களுக்கும் கருணை அளிக்கப்பட வேண்டும் எனக் குடியரசுத் தலைவரைக் கோரியுள்ளனர். ஒருவேளை அவர்கள் இதற்குள் தூக்கிலிடப்பட்டிருந்தால் என்ன ஆகியிருக்கும்?

கசாபுக்கு இந்த அடிப்படையில் மன்னிப்பு அளிக்கத் தேவையில்லை என ஒருவர் கருதலாம். தான் லக்ஷர் அமைப்பால் அனுப்பப்பட்டு படுகொலைகளைச் செய்ததை அவனே ஏற்றுக்கொண்டபின் மரண தண்டனை வழங்கலில் என்ன தவறு ஏற்பட இயலும் எனத் தோன்றலாம். ஆனால் சட்ட வல்லுனர்கள் கசாப் விசாரணையில் சில சட்ட ரீதியான தவறுகள் *(technical errors)* இழைக்கப்பட்டிருப்பதைச் சுட்டிக் காட்டியுள்ளனர் *(V.Venkatesan, 'Gaps in Kasab's Case', Frontline, Nov 3- 16, 2012).* அவற்றில் சில:

1. அஜ்மல் கசாப் 'மைனர்' *(சிறு வயதினன்)* ஆக இருக்க வாய்ப்பு உள்ளதா என அறிய மருத்துவப் பரிசோதனை செய்ய வேண்டுமென அவனுக்காக நியமிக்கப்பட்ட வழக்குரைஞர் எஸ்.ஜி.அப்பாஸ் காசிமி கேட்டபோது, நீதிபதி எம்.எல். தகலியானி அதற்கு அனுமதி அளிக்கவில்லை. பின்னால் இது பிரச்சினையாகிவிடும் என்பதை உணர்ந்த அரசு வழக்குரைஞரே பின்னால் இப்படி ஒரு சோதனைக்காக மனு செய்தபோது அதற்கு அனுமதி அளிக்கப்பட்டது. எனினும் அவ்வாறு பெறப்பட்ட சோதனை முடிவை வேறொரு நிபுணரிடம் காண்பித்துக் கருத்து கேட்க வேண்டுமென்ற காசிமியின் கோரிக்கையை நீதிமன்றம் நிராகரித்தது. எக்ஸ்ரே பட அடிப்படையிலான இச்சோதனை முடிவு முற்றிலும் சரியானது எனச் சொல்ல இயலாது என்பதும் குறிப்பிடத்தக்கது.

2. அரசுத் தரப்பு, அதாவது பிராசிகியூஷன் சாட்சிகள் நேராக வராமல், எழுத்து மூலம் சாட்சியம் அளிக்க நீதிபதி தகலியானி அனுமதி வழங்கினார். இதன்மூலம் சாட்சிகளைக் குறுக்கு விசாரணை செய்யும் வாய்ப்பு கசாபின் வழக்குரைஞர் காசிமிக்கு மறுக்கப்பட்டது. மரண தண்டனை போன்ற திருப்பி இயக்க இயலாத தீர்ப்புகளில் இப்படியான மறுப்புகள் ஏற்புடையதல்ல.

3. கசாபும் மற்ற தீவிரவாதிகளும் வந்த படகு முதலியவற்றை நேரடியாகப் பார்க்க அவனது வழக்குரைஞர் காசிமிக்கு அனுமதி மறுக்கப்பட்டது.

4. இருபதாயிரம் பக்கங்களுள்ள குற்றப் பத்திரிகையை வாசிக்க காசிமிக்கு அளிக்கப்பட்ட எட்டு நாள் அவகாசம் போதவில்லை. மேலும் அவகாசமளிக்க அவர் கோரியபோது நீதிமன்றத்துடன் ஒத்துழைக்க மறுக்கிறார் என அவரை நீக்கினார் நீதிபதி. புகழ்பெற்ற வழக்குரைஞர் ஃபாலி. எஸ் நாரிமன் அவ்வாறு வழக்குரைஞரை மாற்ற நீதிபதிக்கு அதிகாரமில்லை என இது குறித்து எழுதியுள்ளார்,

5. உயர் நீதிமன்ற விசாரணையின்போது கசாபுக்காக நியமிக்கப்பட்ட இரு வழக்குரைஞர்களும் பாதுகாப்பைக் காரணமாகச் சொல்லி கசாபைச் சந்திக்க அனுமதிக்கவில்லை. கசாபுக்கு இன்னொருமுறை வயதுப் பரிசோதனை செய்ய வேண்டும் என அவர்கள் வைத்த கோரிக்கையும் நிராகரிக்கப்பட்டது. அதேபோல கசாபை உளவியல் ஆய்வுக்கு உட்படுத்த வேண்டும் என்கிற கோரிக்கையையும் உயர் நீதிமன்றம் நிராகரித்தது.

6. இறுதியாக உச்ச நீதிமன்றத்திற்கு வழக்கு வந்தபோது கசாபிற்காக நியமிக்கப்பட்ட (amicus curiae) புகழ்பெற்ற வழக்குரைஞர் ராஜு ராமச்சந்திரன் ஒருமுறைகூட கசாபைச் சந்திக்க முயற்சிக்கவில்லை. உச்ச நீதிமன்றம் மரணதண்டனையை உறுதிசெய்தபின் கசாபுக்கு கருணை மனு எழுதிக் கொடுப்பதிலும் அவர் உதவவில்லை. தன் கைப்படக் கசாபால் எழுதப்பட்ட சில வரிகளே அடங்கிய மனுவே குடியரசுத் தலைவருக்கு அனுப்பப்பட்டதாகத் தெரிகிறது.

கசாப்தான் அன்றைய அந்தப் படுகொலைகளுக்குக் காரணம் என்பது உலகறிந்த உண்மை. கைப்புண்ணுக்குக் கண்ணாடி தேவையில்லை என இந்தக் குறைபாடுகள் அனைத்தையும் கூட பொருட்படுத்தாது விட்டாலும் மேலும் இரு நடை முறைக் காரணங்கள் கசாப் தூக்கிலிடப்படுவதற்கு எதிராக உள்ளன. அவை:

1. இந்த வழக்கு விசாரணையில் இன்னும் பல முக்கிய குற்றவாளிகள் கைது செய்யப்படவில்லை. அவர்கள்

பிடிபடும்போது, அவர்கள் மீதான குற்றச்சாட்டை நிரூபிக்கும் முக்கிய சாட்சி ஒன்றைக் கசாபைத் தூக்கிலிட்டதன் மூலம் நாம் இப்போது இழந்துவிட்டோம்.

2. இது போன்ற பயங்கரவாதக் குற்றங்களுக்கு மரண தண்டனை வழங்குவதே சரியான அச்சுறுத்தலாக இருக்கும் எனச் சொல்லப்படுகிறது. இதைவிட அபத்தமான கருத்து ஏதும் இருக்க இயலாது. உயிரைப் பணயம் வைத்துக் களத்தில் இறங்கும் தற்கொலைப் படையினரை, நீங்கள் பிடிபட்டால் மரண தண்டனை கிடைக்கும் எனச் சொல்வது எப்படி ஒரு அச்சுறுத்தலாக அமையும்? மாறாக தூக்கிலேற்றியதன் மூலம் நாம் இன்று லக்ஷர் போன்ற பயங்கரவாத இயக்கங்கள் மத்தியில் கசாபைத் 'தியாகி' ஆக்கியுள்ளோம். இது, இன்னும் இதுபோன்ற 'தியாகிகளை' உருவாக்குவதிலேயே கொண்டு நிறுத்தும். பாகிஸ்தானின் முக்கிய அரசியல் விமர்சகரும், அதன் இராணுவப் பொருளாதாரம் குறித்த ஒரு சிறந்த நூலை எழுதியுள்ளவருமான ஆயிஷா சித்கா இந்தக் கருத்தை இன்று உறுதி செய்துள்ளது குறிப்பிடத்தக்கது (பார்க்க: *Turning Memory into Asset, The Hindu, Nov 22, 2012)*.. லக்ஷரும் அதன் துணை அமைப்பான ஜமா அத் உல் தாவாவும் கசாபின் சொந்த மாவட்டமான ஒகாராவில் தற்போது மிக வலுவாக உள்ளதையும், கசாபின் நினைவை அவர்கள் தமது இயக்கத்திற்கு ஆள்சேர்க்கவும், பொருள்சேர்க்கவும் பயன்படும் விலை மதிப்பற்ற சொத்தாக மாற்றப்போவதையும் அவர் சுட்டிக் காட்டியுள்ளார்.

கசாப் தன் கடைசி ஆசை என எதையும் கேட்கவில்லை எனவும், தான் தூக்கிலிடப்படப் போவதைத் தன் தாய்க்குத் தெரிவிக்குமாறு மட்டுமே கேட்டுக்கொண்டதாகவும் பத்திரிகைகள் எழுதுகின்றன. தூக்குமேடை ஏறுமுன் தன் தாய்க்குச் சேதி தெரிவிக்கப்பட்டதா என மீண்டும் ஒருமுறை கேட்டானாம். மேற்கு பஞ்சாபின் ஒகாரா மாவட்டத்திலுள்ள ஃபரிட்கோட் எனும் ஊரில் மிகவும் ஏழ்மையான ஒரு தள்ளுவண்டி வியாபாரியின் குடும்பத்தில் ஐந்து பிள்ளைகளில்

ஒருவனாகப் பிறந்தவன் அஜ்மல் இமான் கசாப். கொடிது கொடிது இளமையில் வறுமை என்பாரே நம் ஒளவை, அத்தகைய இளமை வறுமையால் படிப்பை இழந்தவன். லக்ஷர் அமைப்பில் இணைந்து பயிற்சி பெற்று இந்தியாவை நோக்கித் தன், இந்த இறுதிப் பயணத்தை மேற்கொள்ளுமுன் ஒருமுறை தாயிடம் விடைபெறச் சென்றான். அப்போது அவர் "வேண்டாம்" எனத் தடுத்ததாக விசாரணை ஒன்றில் கூறியுள்ளான் கசாப். ஒருவேளை அந்த நினைவு சாகப்போகும் தருணத்தில் அவனை அலைக்கழித்திருக்கலாம். அதனால்தான் அம்மாவுக்குச் சொன்னீர்களா எனத் திரும்பத் திரும்பக் கேட்டிருப்பான் போலும்.

பிப் 10 2013

2

அவசரம் அவசரமாகத் தூக்கிலிடப்பட்ட அப்சல் குரு

பிப்ரவரி 2013 இல் வீரப்பனின் கூட்டாளிகளும் 1993ல் கண்ணிவெடி வைத்து 22 அதிரடிப் படை வீரர்களைக் கொன்றதற்காக மரண தண்டனை வழங்கப்பட்டவர்களுமான சைமன், ஞானப் பிரகாசம், பிலவேந்திரன், மாதையன் ஆகிய நால்வரது தண்டனை நிறைவேற்றத்தைத் தடை செய்து இந்திய உச்ச நீதிமன்றம் உத்தரவிட்டது (Supreme Court extends stay on execution of four Veerappan aides, India Today, Feb 20, 2013)

அது நிரந்தரத் தடை இல்லை என்றபோதிலும் அஜ்மல் கசாப், அஃப்சல் குரு இருவரையும் மூன்று மாதத்திற்குள் அடுத்தடுத்து தூக்கிலிட்டுக் கொன்றதைப் போல இவர்களையும் கொல்ல இருந்த உடனடிச் சூழல் அப்போது விலகியது.

இந்த நால்வரது கருணை மனுக்களையும் குடியரசுத் தலைவர் பிரணாப் முகர்ஜி ஏற்க மறுத்ததை ஒட்டி அவர்கள் உடனடியாகத் தூக்கிலிடப்படக் கூடிய நிலை உருவானது. அவர்கள் உடன் தூக்கிலிடப்படலாம் என்கிற நிலையில் மனித உரிமை ஆர்வலர்கள் இவர்கள் நால்வரின் சார்பாக உச்ச நீதிமன்றத்தை நாடி இந்தத் தடையைப் பெற்றனர்.

இந்தியச் சட்டங்களின்படி உச்ச நீதிமன்றம் ஒருவருக்கு மரண தண்டனையை உறுதிசெய்தால் அவருக்குக் குடியரசுத் தலைவரிடம் கருணை மனு அளிக்க உரிமையுண்டு. அரசியல் சட்டத்தின் 72ம் பிரிவின்படி அவருக்கு மன்னிப்பு அளித்து, தண்டனையை ஆயுள் தண்டனையாகக் குறைக்க அவருக்கு அதிகாரமுண்டு. எனினும் அவர் இதைத் தன்னிச்சையாகச் செய்துவிட இயலாது. அரசிடம், அதாவது உள்துறை அமைச்சகத்திடம் கருத்தைக் கேட்டு அந்த அடிப்படையில் குடியரசுத் தலைவர் முடிவெடுக்க வேண்டும்.

உள்துறை அமைச்சகம் கருணை மனுவை நிராகரிக்கப் பரிந்துரை செய்த போதிலும், குடியரசுத் தலைவர் அப்படிச் செய்யாமல் காலம் தாழ்த்தலாம். முந்தைய தலைவர் பிரதிபா பட்டீல் 35 பேர்களின் மரண தண்டனைகளை ஆயுள் தண்டனைகளாகக் குறைத்து ஆணையிட்டார். அதற்கும் முந்தைய தலைவர் அப்துல் கலாமின் பதவிக் காலத்தில் தனஞ்சய் சட்டர்ஜி என்பவருக்கு மட்டும் தண்டனை நிறைவேற்றப்பட்டது (2004).

குடியரசுத் தலைவராக ஆவதற்கு முதல் நாள் வரையிலும் விசுவாசமான காங்கிரஸ்காரராகத் தீவிர அரசியல் செய்து வந்த பிரணாப் பதவியேற்ற மூன்று மாதத்திற்குள் ஆறு பேர்களின் கருணை மனுக்களை நிராகரித்துச் 'சாதனை' புரிந்துள்ளார். அவர்களில் இருவரது தண்டனைகள் இரகசியமாக நிறைவேற்றப்பட்டன.

நீதிமன்றங்களால் மரண தண்டனை உறுதிசெய்யப்பட்ட பின் நீண்ட காலம் ஒருவர் தூக்கிலிடப்படாமல் இருந்து இறுதியில் கருணை மனு நிராகரிக்கப்பட்டு அவர் தூக்கிலிடப்படக் கூடிய நிலை ஏற்பட்டால், இது தொடர்பாக இடைக்காலத்தில் அவருக்கும் அவரது குடும்பத்தினருக்கும் ஏற்படக்கூடிய அச்சம், கவலை, துயரம், மன அழுத்தம் (agony of suspense) ஆகியவற்றைக் கருத்தில் கொண்டு அவர் மீண்டும் தனது தண்டனை நிறைவேற்றத்திற்கு எதிராக உச்ச நீதிமன்றதை நாடலாம் எனக் குறைந்த பட்சம் நான்கு வழக்குகளில் உச்ச நீதிமன்றம் கருத்துரைத்துள்ளது.

ஏப்ரல் 2012 இல் தேவேந்திரபால்சிங் புல்லார், நரேந்திரநாத் தாஸ் என்கிற இருவர் இவ்வாறு 11 ஆண்டுகளுக்குப் பின் தூக்கிலிடப்பட இருந்த நிலையில் நீதிமன்றம் மேற்சொன்ன அடிப்படையில் அதற்கு இடைக்காலத் தடை விதித்து வழக்கை விசாரணக்கு எடுத்துக்கொண்டது. அதேபோல ராஜிவ் கொலை வழக்கில் மரண தண்டனை விதிக்கப்பட்ட மூவருக்கும் தண்டனை நிறைவேற்றத்திற்குத் தேதி நிச்சயிக்கப்பட்ட நிலையில் தமிழகத்தில் மிகப் பெரிய கொந்தளிப்பு ஏற்பட்டதையும் அதை ஒட்டி சென்னை உயர் நீதிமன்றத்தில் வழக்குத் தொடர்ந்து தடை பெறப்பட்டதையும் அறிவோம். இவ்வழக்கும் முன் குறிப்பிட்ட புல்லார் வழக்குடன் இணைத்து விசாரிக்கப்பட்டு வருகிறது. வீரப்பன் கூட்டாளிகளின் வழக்கை விசாரித்த உச்ச நீதிமன்ற அமர்வு புல்லார் வழக்குத் தீர்ப்பு வந்தவுடன் அதனடிப்படையில் இதுவும் தீர்மானிக்கப்படும் என அறிவித்தது.

புல்லார் வழக்கை விசாரணைக்கு எடுத்துக்கொண்ட உச்ச நீதிமன்றம் இந்திய அளவில் இவ்வாறு மரண தண்டனை விதிக்கப்பட்டு நீண்டகாலமாகக் காத்திருப்பவர்களின் பட்டியலை அரசிடம் கோரிப் பெற்றுக்கொண்டது. காத்திருக்கும் எல்லோரது வழக்குகளையும் இதன்மூலம் அதன் ஆய்வுக்குட்பட்டதாகியது. இது தொடர்பாக நீதிமன்றத்திற்கு உதவி செய்ய (amicus curiae) அந்தியாருஜினா என்கிற மூத்த வழக்குரைஞரையும் உச்ச நீதிமன்றம் நியமித்தது. அவர் அஃப்சல் குரு உள்ளிட்ட அனைவரது வழக்கு விவரங்களையும் தந்த நிலையில் ஏப்ரல்19 (2012) அன்று விசாரணை முடிவுற்றது. ஆனால், தீர்ப்பு அளிக்கப்படுவதற்கு முன்னதாக அவசர அவசரமாக ஒரு திருடனைப்போல டில்லி திகார் சிறைக்குள் நுழைந்த இந்திய அரசு சென்ற 9 ந்தேதி அன்று காலை எட்டரை மணிக்கு அஃப்சல்குருவின் மனைவி, பதின்வயது மகன் உள்ளிட்ட யாருக்கும் தெரியாமல் சுருக்கிட்டு அவரது உயிரைப் பறித்துக்கொண்டது.

நீதிமன்றத்தின் பார்வையில் வழக்கு இருப்பது ஒரு பக்கம்; தூக்கிலிடப்படுவதற்கு முன்னம் ஒரே ஒருமுறை மனைவி

பிள்ளைகள் உள்ளிட்ட நெருங்கிய உறவினர்களைச் சந்திக்க வாய்ப்பளிக்கும் உலக அளவில் கடை பிடிக்கப்படும் அடிப்படை மனித நாகரிகமும் இப்படி அப்சலுக்கு மறுக்கப்பட்டது இன்னொருபுறம்; இவை இன்று இந்திய அளவில் மரண தண்டனை குறித்த மிகப் பெரிய விவாதத்தையும் இந்திய அரசின் மீதான கண்டனத்தையும் ஏற்படுத்தியுள்ளன.

2001 டிசம்பர் 13 அன்று இந்தியப் பாராளுமன்றத்தை ஜெய்ஷ் ஏ முகம்மத் என்கிற தீவிரவாதிகள் தாக்கினர், தாக்குதலில் ஈடுபட்ட ஐவரும், ஒன்பது படைவீரர்களும் அப்போது கொல்லப்பட்டனர். இது தொடர்பாகக் கைது செய்யப்பட்டவர்களில் ஒருவர்தான் அப்சல். டெல்லிப் பல்கலைக்கழகப் பேராசிரியர் எஸ்.ஏ.ஆர்.கீலானி, அப்சலின் நெருங்கிய உறவினர் ஷௌகத் குரு, அவரது மனைவி அப்சான் ஆகியோரும் இது தொடர்பாகக் கைது செய்யப்பட்டனர்.

கடும் சித்திரவதைகளுக்கு உள்ளாக்கப்பட்டு சிறையில் அடைக்கப்பட்ட இவர்களில் கீலானி, அப்சான் ஆகியோர் நீதிமன்றத்தால் விடுதலை செய்யப்பட்டனர். தகவல் மறைப்பு என்பதற்காகப் பத்தாண்டு காலச் சிறைவாசத்திற்குப் பின் ஷௌகத் இரண்டாண்டுகளுக்கு முன் விடுதலை ஆனார். 2005 ஆகஸ்ட் 4 அன்று அப்சலுக்கு மட்டும் மரண தண்டனையை உறுதி செய்தது உச்ச நீதிமன்றம்.

காஷ்மீர் தீவிரவாதியாக இருந்து இந்தியப் படையிடம் சரணடைந்தவர் அப்சல். சரணடைந்தவர்களை அவ்வளவு எளிதாக இயல்பு வாழ்க்கைக்குத் திரும்ப இந்தியப் படையினர் அனுமதிப்பதில்லை. அடிக்கடி அதிரடிப்படை அலுவலகத்துக்கு அழைக்கப்படுவார்கள். உளவு வேலைக்கு நிர்ப்பந்திக்கப்படுவார்கள். கைது செய்து வைத்துக் குடும்பத்தாரிடம் காசு வாங்கிக்கொண்டு விடுவிப்பார்கள். ஒரு சிறிய மருந்து விற்பனை நிறுவனத்தைத் தொடங்கி அமைதியான குடும்ப வாழ்க்கைக்குத் திரும்ப முனைந்த அப்சலுக்கும் இவ்வளவும் நடந்தது. அதிரடிப்படை அலுவலகத்தில்தான்

பாராளுமன்றத் தாக்குதலில் பங்கேற்றுக் கொல்லப்பட்ட முகம்மதும், இன்னும் கைது செய்யப்படாத தாரிக்கும் அஃப்சலுக்கு அறிமுகமானார்கள். இந்த அறிமுகமே இன்று அஃப்சலின் உயிர்பறிப்புக்குக் காரணமாகியது.

இன்று அஃப்சலை இந்தத் தாக்குதலுடன் தொடர்புபடுத்தக்கூடிய நேரடி சாட்சிகள் ஒன்று குற்றம் நிரூபிக்கப்படாமல் விடுதலை செய்யப்பட்டுள்ளனர் (கீலானி, அஃப்சான்) அல்லது கொல்லப்பட்டுள்ளனர் (எ.கா: முகம்மது) அல்லது தலைமறைவாகியுள்ளனர் (எ.கா: தாரிக்). அஃப்சலே அஃப்சலுக்கு எதிரான சாட்சியாக நிறுத்தப்பட்டார். சித்திரவதைகளினூடாகப் பெற்ற வாக்குமூலம் அவருக்கு எதிராகப் பயன்படுத்தப்பட்டது. நீதிமன்றங்களில் அவருக்கு வாதிட முறையான வழக்குரைஞர்கள் இல்லை. விசாரணை நீதிமன்றத்தில் அவருக்காக நியமிக்கப்பட்ட வழக்குரைஞர் அவரிடம் மிகவும் வெறுப்புடன் நடந்துகொண்டார். உயர் நீதிமன்றத்தில் அவருக்காக வாதிடுவதாக வந்தவர் அஃப்சலைத் தூக்கிலிடாமல் விஷ ஊசி செலுத்திக் கொல்லலாம் என நீதிமன்றம் முன் தெரிவித்தார். அப்படி எந்த விருப்பையும் அஃப்சல் அவரிடம் தெரிவித்ததில்லை.

விசாரணைத் தரப்பு முன்வைத்த வாதங்களிலும் பல ஓட்டைகள் இருந்தன. அஃப்சல் பயன்படுத்திய 'சிம்' கார்டு ஒன்று முக்கிய ஆதாரமாக அவருக்கு எதிராக முன்வைக்கப்பட்டது. அந்த சிம் அவருக்கு விற்கப்படுவதற்கு முன்பாகவே பயன்படுத்தப்பட்டிருந்தது. அஃப்சல் தாக்குதலில் தொடர்புகொண்டிருந்தார் என்பது டெல்லி விசாரணையில் 'கண்டுபிடிக்கப்பட்டு', அவரைக் கைது செய்ய ஆணை அனுப்பப்படுமுன்னரே அவர் காஷ்மீரில் கைது செய்யப்பட்டிருந்தார். இப்படி நிறையச் சொல்லலாம்.

இப்படி சந்தேகத்திற்கிடமின்றி அஃப்சல் மீதான குற்றம் நிறுவப்படாமலேயே அவருக்கு மரண தண்டனை விதித்தது நீதிமன்றம். "(அஃப்சலுக்கு) மரணதண்டனை அளிப்பதன்

மூலமே சமூகத்தின் கூட்டு மனசாட்சி திருப்தியுறும்" என நீதிபதி தீர்ப்பில் கூறப்பட்டது கடும் விமர்சனத்திற்குள்ளாகியது. சட்டம், சாட்சியம், ஆதாரம் மற்றும் முந்தைய தீர்ப்புகளின் வழி நின்று மட்டுமே நீதி வழங்க இயலும். சமூகத்தின் மனசாட்சி, அரசியல் கோரிக்கைகள், மத நம்பிக்கைகள் ஆகியவற்றின் அடிப்படையிலெல்லாம் தீர்ப்பு வழங்கிவிட இயலாது. ஆனால் இந்திய நீதிமன்றங்கள் முஸ்லிம்களுக்கு எதிராக இப்படியெல்லாம் சொல்லித்தான் தீர்ப்புகள் வழங்குகின்றன. தவிரவும் சமூகத்தின் கூட்டு மனசாட்சி அஃப்சல் கொல்லப்படத்தான் வேண்டும் எனக் கூறுகிறது என்பதை நீதிபதி எந்த அளவுகோலை வைத்து அளந்தார்?

"தண்டனை நிறைவேற்றம் குறித்து மக்களுக்குச் சொல்லிக் கொண்டிருந்தால் காரியம் நடக்காது" என இரகசியத் தூக்கிற்குக் காரணம் சொல்கிறார் உள்துறை அமைச்சர் ஷிண்டே. விதிப்படி ஏன் நெருங்கிய உறவினர்களுக்குத் தெரிவிக்கவில்லை எனக் கேட்டால், "விரைவுத் தபாலில் செய்தி அனுப்பினோம். அவர்களுக்குக் கிடைக்கவில்லை" எனச் சொல்லிப் புன்னகைக்கிறார். உலகின் மிகப் பெரிய ஜனநாயகம் இப்படி மக்களையும், எதிர்க் கருத்துகளையும், ஆர்ப்பாட்டங்களையும் கண்டஞ்சுவதை என்னென்பது? தூக்கிலிட்ட கையோடு காஷ்மீர் முழுதும் ஊரடங்குச் சட்டம், தொலைக்காட்சிகளுக்கு சென்சார், எஸ்.எம்.எஸ் சேவை முடக்கம் என நடவடிக்கைகள் தொடர்ந்தன, அஃப்சலின் வீட்டிற்குத் துக்கம் விசாரிக்கச் செல்லவும் யாரும் அனுமதிக்கப்படவில்லை.

தனி நபர்கள் யாரேனும் இப்படி விதிமுறைகளை மீறுவதைக்கூட சகித்துக்கொள்ளலாம். ஆனால் ஒரு அரசு, ஒரு மக்கட் தொகுதி என்பன ஏற்றுக்கொண்ட விதிகளையும் நெறிமுறைகளையும் மீறாதிருப்பது அவசியம். ஏனெனில் அப்போதுதான் அது மக்கட் தொகுதியின் சராசரி விருப்பை சரியாக நிறைவேற்றுவதாக அமையும்.

மரண தண்டனைக்கு மன்னிப்பு அளிப்பது என்பது நீதிமன்றத்தின் உரிமை அல்ல. இஸ்லாமிய நாடுகளில் மன்னிப்பு

அளிக்கும் உரிமை குற்றத்தால் பாதிக்கப்பட்டவர்களிடம் இருக்கும். ஜனநாயக அரசுகளில் அரசே மன்னிப்பு அளிக்கும் அதிகாரத்தைக் கையில் வைத்துக் கொள்கிறது. தனிப்பட்ட நபர்களின் பொறுப்பில் விடாமல் அரசு அதை மேற்கொள்வது என்பது மன்னிப்பில் பழிவாங்கலுக்கு இடமிருக்கக் கூடாது என்கிற அடிப்படையில் அமைகிறது. அதேபோல மன்னிப்பு என்பதில் குற்றத்தின் தன்மை, அளவு ஆகியவை முக்கிய பங்கு வகிப்பதில்லை. தண்டனை அளிக்கப்பட்டவரின் குடும்பம், எதிர்காலம், நன்னடத்தை, ஒட்டுமொத்தமான சமூக நலன் ஆகியவற்றிற்கு மன்னிப்பளிப்பதில் முக்கிய பங்குண்டு.

வெறும் சட்ட விதிகளுக்கு அப்பால் கருணை, அன்பு, மனிதாயம் ஆகியவற்றின் அடிப்படையில் மன்னிப்பு அளிக்கப்பட வேண்டும் என்பதற்காகவே மன்னிப்பு வழங்கு அதிகாரம் நீதித்துறையிடமிருந்து விலக்கப்படுகிறது.

ஆனால் இந்திய அரசோ மன்னிப்பை அரசியலாக்குகிறது. இப்படி இரகசியமாகத் தூக்கிலிடப்பட்டவர்கள் இருவரும் முஸ்லிம்கள். பிரதான எதிர்க்கட்சியான வலதுசாரி இந்துத்துவ பாரதீய ஜனதா கட்சி அஃப்சலை உடனடியாகத் தூக்கிலிட வேண்டுமெனத் தொடர்ந்து அழுத்தம் கொடுத்து வந்தது. முஸ்லிம் ஒட்டுகளுக்காகத் தேசப் பாதுகாப்பை அரசு கைவிட்டு விடுகிறது என்று அது அரசைக் குற்றம் சாட்டி வந்தது. இந்தக் குற்றச்சாட்டினடியாகப் பெரும்பான்மைச் சமூகத்தின் வாக்குகளை இழக்க விரும்பாத இந்திய அரசு இப்படி இரகசியத் தூக்குகளை நிகழ்த்திக் கொண்டுள்ளது. பா.ஜ.கவைப் பொறுத்தமட்டில் அதற்கு நீதி என்றால் மரண தண்டனைதான். இத்தகைய பிரச்சினைகளில் மரண தண்டனைக்குக் குறைவான எதையும் அது தண்டனையாகக் கருதுவதில்லை. நீதியையும் பழிவாங்கலையும் அது பிரித்துப் பார்ப்பதில்லை. அஃப்சலின் மரணத்தை அக்கட்சியினர் லட்டு தின்று கொண்டாடும் காட்சிகள் அன்றைய ஊடகங்களில் இடம் பெற்றன.

இன்று இந்திய அரசும் பா.ஜ.க வழி நின்று நீதியையும் பழிவாங்கலையும் ஒன்றாக்கியுள்ளது. குறுகிய அரசியல் நலன்களுக்காக அப்படிச் செய்துள்ளது. அப்படிச் செய்ததன் மூலம் இன்று காஷ்மீர் மக்களிடமிருந்து அது மேலும் அந்நியமாகியுள்ளது. பாகிஸ்தானை மையமாகக் கொண்டு இயங்கும் தீவிரவாத அமைப்புகள் இந்தியாவைப் பழி வாங்கப்போவதாக அறிவித்துள்ளன. இதற்கு எதிர்வினையாகப் பாக்கில் மரண தண்டனையை எதிர்நோக்கி இருக்கும் இந்தியரான சரபத் சிங்கை அது தூக்கிலிடலாம் எனக் கூறப்படுகிறது. அஃப்சல் பாகிஸ்தானை ஆதரித்தவரல்ல. தீவிரவாதத்தில் வெறுப்புற்று இயல்பு வாழ்க்கைக்குத் திரும்பியவர். இந்திய அரசு தனது குறுகிய அரசியல் நலன்களுக்காக இவை எதையும் கவனத்தில் கொள்ளாமல் அடிப்படை நெறிகளிலிருந்து பிறழ்ந்தது.

சமூகம் நாகரிகத்தில் மேம்படுவது அதன் தண்டனைக் கலாச்சாரத்தில் (penal culture) வெளிப்படும். தண்டனைகள் மேலும் மேலும் மனிதாயப்படுவதே சமூகம் நாகரிகமடைந்து வருவதன் அடையாளம். இப்படிக் குடும்பத்தவர்களுக்கும் அறிவிக்காமல் தூக்கிலிட்டு உயிரைப் பறிப்பது இதற்கு எதிர்மாறானது.

3

தீர்ப்பு வழங்கும்போது நீதி செத்துவிடுகிறது

'விளிம்புநிலை ஆய்வுகள்' எனச் சொல்லப்படும் *Subaltern Studies* தொகுப்பில் ஒரு கட்டுரை. பேராசிரியர் ரணஜித் குகா எழுதிய 'சந்திராவின் மரணம்'. காலனீய ஆட்சி நிலைபெற்று அரசு எந்திரம், சட்ட ஒழுங்கு, நீதி வழங்கு நிறுவனங்கள் முதலியன திடப்பட்டுக்கொண்டிருந்த ஒரு காலகட்டம். தேச வழமைகள், வெகுமக்கள் நீதி என்பனவற்றின் இடத்தில் சட்டத் தொகுப்பு, அரசநீதி முதலியன ஒழுங்கமைக்கப்பட்டுக் கொண்டிருந்த ஒரு சூழல். வங்காளக் கிராமம் ஒன்றில் அடித்தள சாதி ஒன்றில் பிறந்தவள் இளம் விதவை சந்திரா. கிராமத் தலைவனுக்கும் சந்திராவுக்கும் இடையில் விரிந்த உறவில் சந்திரா கருவுறுகிறாள்.

பக்கத்துக் கிராமத்தில் வசிக்கும் சந்திராவின் தாயிடம் (அவளும் ஒரு விதவை) இச்செய்தியைத் தெரிவிக்கும் அந்தத் தலைவன் சந்திராவின் கருவைக் கலைத்துவிடச் சொல்லி எச்சரிக்கிறான். கலைக்காவிட்டால் சந்திரா சமூகவிலக்கு செய்யப்படுவாள். அன்றைய நிலையில் அது ஒரு கடுமையான தண்டனை. மகளை இக்கொடிய தண்டனையிலிருந்து காப்பாற்றும் முயற்சியில்

இறங்குகிறாள் சந்திராவின் தாய்.

கிராமத்து வைத்தியனை அணுகுகிறாள். வெறும் பெண்களாக வந்து கேட்டால் எப்படி மருந்து தருவது என்கிறான் அவன். தனது மூத்த மகனின் மாமனாரை அழைத்து வந்து பாத்திரம் பண்டங்களை எல்லாம் ஈடாகத் தந்து மருந்து வாங்கிச் செல்கிறாள் சந்திராவின் தாய்.

பக்கத்து வீட்டுச் சிறுபெண் ஒருத்தியை அனுப்பி சந்திரா அழைத்துவரப்படுகிறாள். இரவில் வைத்தியம் தொடங்குகிறது. இரண்டு முறை மருந்து கொடுத்து ஒன்றும் நடக்கவில்லை. மூன்றாம் முறை மருந்து கொடுக்கும்போது உதிரப் பெருக்கெடுத்து சந்திரா செத்துப்போகிறாள். அவள் உடல் ரத்த உறவினரால் அடக்கம் செய்யப்படுகிறது.

காலனீய அரசின் சட்ட ஒழுங்கு நிறுவனம் செயல்படத் தொடங்குகிறது. சந்திராவின் மரணத்திற்குக் காரணமாக அவளது அன்னை குற்றஞ்சாட்டப்படுகிறாள். அவளின் சம்பந்தி, வைத்தியன், சந்திராவை அழைத்து வந்த சிறுமி முதலானோர் குற்றத்திற்கு உடந்தை எனக் குற்றம்சாட்டப்படுகின்றனர்.. சந்திராவைப் பெற்றவளின் வாக்குமூலம் – அதாவது மகளை ஊர் விலக்கு என்ற கொடும் தண்டனையிலிருந்து காப்பாற்றுவதற்கு அவள் மேற்கொண்ட சோக முயற்சியின் கதை – நீதி வழங்குச் சொல்லாடலில் (Judicial discourse) குற்றமாக வடித்தெடுக்கப்படும் பாங்கை விரிவாக விளக்கிச் சொல்வார் குகா. பாசம் மிகுந்த அபலை ஒருத்தி மகளைக் காப்பாற்ற மேற்கொண்ட முயற்சி கொலைக் குற்றமாகக் கட்டமைக்கப்படுகிறது. நெருங்கிய உறவினர்களின் உறவுக் கடமைகள் கொலைக்கு உடந்தையாக வரையறுக்கப்படுகின்றன. இந்தக் கொலைக்கு அடிப்படைக் காரணமாக இருந்த ஊர்த் தலைவனுக்கு எந்தப் பிரச்சினையும் இல்லை. இப்படியாக அவன் குற்ற நீக்கம் செய்யப்படுகிறான்.

இத்தகைய சட்ட நீதி வழங்கு நடைமுறைகளின் நோக்கமென்ன? ஒன்று: வெகு மக்களினூடாக ஊடுருவி அவர்களைச் சட்ட

ரீதியாக ஒழுங்கமைக்கப்பட்ட குடிமக்களாக மாற்றும் சட்ட ஒழுங்குச் செயற்பாடு. மற்றது : சட்டபூர்வமான உண்மைகளைக் கட்டமைப்பது. ராஜிவ் கொலை வழக்கில் இருபத்தாறு பேருக்கு ஒட்டுமொத்தமாய்த் தூக்குத் தண்டனை வழங்கப்பட்ட போது சிறப்புப் புலனாய்வுக் குழுத்தலைவர் கார்த்திகேயன் தீர்ப்பு குறித்துச் சொன்ன சொற்கள் குகாவின் மேற்சொன்ன முடிவுகளை உறுதிசெய்கின்றன. கார்த்திகேயன் சொன்னார்:

"உண்மையே வெல்லும் என நிறுவப்பட்டுவிட்டது. உண்மைகளின் அடிப்படையில் ராஜிவ் கொலைகாரர்களைக் கண்டுபிடிப்பதை என் கடமையாக நினைத்திருந்தேன். இந்திய அரசு மென்மையானதல்ல என்பதையும் பயங்கரவாதச் செயல்கள் தண்டனையிலிருந்து தப்ப முடியாது என்பதையும் பயங்கரவாதிகள் புரிந்துகொள்ள வேண்டும்." ஆனால் கார்த்திகேயன் கட்டமைத்துத் தந்த உண்மைகளில் பலவற்றை நீதிபதி நவநீதம் அவர்களைப் போல நம்மால் ஏற்றுக்கொள்ள இயலவில்லை. நம்முடைய பார்வையில் இவர்களில் பலர் கொலைகாரர்களாகத் தென்படவில்லை. நம்முடைய உண்மையும் காவல்துறையின் உண்மையும் எங்கே வேறுபடுகின்றன? கீழ்க்கண்டவாறு ஒரு வாக்குமூலம் அமைகிறது என்று வைத்துக்கொள்வோம்:

"அவன் ஒரு ஈழத்துப் பையன். பெற்றோர் அமைதிப் படைத் தாக்குதலில் செத்துப்போயிட்டாங்களாம். அகதி. அவன் பேசுற தமிழ் எனக்கு ரொம்பப் பிடிக்கும். என் மகனின் நண்பனாக வந்த அவன் எனது அன்பிற்குரியவன் ஆனான். இந்த வயதில் இத்தனை இழப்புகளைச் சந்தித்த அவனுடைய சோகமான முகம் என்னை எப்போதும் வாட்டும். வீட்டுக்கு வரும் நேரங்களில் ஒரு வேளை சோறு போடுவதில் எனக்கொரு ஆறுதல். பேட்டரி, பிலிம்ரோல் எனச் சின்னச் சின்னப் பொருட்கள் சமயத்தில் கேட்பான். வாங்கித் தருவேன். அன்றும் அவன் வந்திருந்தான். முகமெல்லாம் வேர்த்திருந்தது. பரபரப்பாக இருந்தான். சாப்பிடச் சொன்னேன். படுக்கச் சொன்னேன். மாத்திரை வாங்கி வந்து கொடுத்தேன். இரண்டு நாள் கழித்து ஊருக்குப் போகிறேன்

என்றான். பெங்களுருக்கு ஒரு டிக்கட் வேண்டுமென்றான். அவனிடம் காசு இல்லை என்பது எனக்குத் தெரியும். நான் டிக்கட் வாங்கி வந்து கொடுத்தேன். ஆட்டோவில் அழைத்துச் சென்று பஸ் ஏற்றிவிட்டேன். அவன் போய்விட்டான்." இந்தச் சொற்குவியலை ஒரு கலிடாஸ்கோப்புக்கு ஒப்பிடலாம். வெவ்வேறு கோணங்களில் சாய்க்கும்போது வெவ்வேறு அர்த்தங்கள். மனிதநேய எழுத்தாளர் ஒருவருக்கு இது ஒரு பாசமுள்ள அன்னையின் பரிவுமிக்க சொற்கள். இந்தச் சொற்குவியல் அவருக்கு ஒரு மனிதநேயக் கதையாடலுக்கான கச்சாப் பொருள். ஒரு புலனாய்வுக் குழுத் தலைவருக்கோ இது ஒரு சட்ட ஒழுங்குக் கதையாடலுக்கான மூலப் பொருள். ஏற்கனவே 'குற்றச் செயல்' என வரையறுக்கப்பட்ட ஒரு நிகழ்வு தொடர்பான உண்மை. சொற்கூட்டத்திற்கும் அதன் வெவ்வேறு அர்த்தங்களுக்குமான உறவில் ஒன்றை மட்டும் உருவி எடுத்து இங்கே சட்டபூர்வமான உண்மை கட்டமைக்கப்படுகிறது.

மேற்கண்ட அந்த வாக்குமூலத்தை மீண்டும் ஒருமுறை வாசியுங்கள். கொலைக்குத் தேவையான ஆர்.டி.எக்ஸ். வெடிகுண்டை வெடிக்க வைக்கும் பாட்டரிகளை வாங்கித் தந்தது. கொலையாளியைப் பாதுகாத்தது, தப்புவதற்கு உதவி செய்தது முதலான நிகழ்வுகள் 'உண்மை'யானவையா, உண்மையற்றவையா?" குற்றவாளியே நிகழ்வின் உண்மையை ஏற்றுக்கொள்கிறார். இப்போது சொல்லுங்கள் நிகழ்வு உண்மையா? இல்லையா? இந்தக் கேள்விக்கு உறுதியான (certitude) விடை சாத்தியமாகத் தோன்றவில்லை.

உறுதிப்பாடுகளின் சாத்தியமின்மை, நிகழ்வுகளின் ஒற்றைத் தன்மை (singularity of the events) ஆகிய கருத்தாக்கங்கள் இன்று தத்துவத்தில் வற்புறுத்தப்படுவது இங்கே குறிப்பிடத்தக்கது. பொது விதிகள், பொது வரையறைகள், பொது மாதிரிகள் ஆகியவற்றின் அடிப்படையில் நிகழ்வுகளை நீங்கள் பரிசீலிக்க இயலாது. ஒவ்வொரு நிகழ்விற்கும் அதற்கான தனித்தன்மைகள் உண்டு. அந்தத் தனித்தன்மைகளைப் புறக்கணிக்கும்போது அங்கே நீதி, உண்மை ஆகியவை சாத்தியமில்லாமல்

போய்விடுகின்றன.

குற்றத்திற்கு உடந்தையான நிகழ்வுகளில் மட்டும்தான் இந்தப் பிரச்சினை என்பதல்ல. 'வரலாறு', 'குற்றச்செயல்', 'கொலை' என்பதெல்லாம் கூட இப்படி உறுதிப்பாடுகளின் பிடியில் அகப்படாமல் நழுவிவிடுவதைக் கொஞ்சம் சிந்தித்தால் விளங்கிக்கொள்ள முடியும். எது கொலை, எது மோதல், எதுவரை போர்? நாற்பத்திரண்டு பேரை உயிருடன் எரித்தவனைக் கொலையாளியாகக் கருத மறுக்கும் சட்ட ஒழுங்குச் சொல்லாடல், எரித்தவனைக் கொன்றவனைக் கொலையாளியாகக் குற்றம் சாட்டும். ஆனால் கொன்றவனோ அதை ஒரு புரட்சிகரக் கடமையாக நம்பலாம். காஷ்மீரப் போராளிகளுக்குத் தாங்கள் நடத்துவது விடுதலைப் போர். இந்தியப் பத்திரிகைகளுக்கு அது பயங்கரவாதம். எப்படியும் எதையும் கட்டமைக்கலாம், கதையாடல்கள் எதையும் செய்யும். எப்படியும் வரையறுக்கும். எல்லாவற்றையும் நியாயப்படுத்தும்.

பொது விதிகள், குற்றவியல் நடைமுறைகள், தண்டனைச் சட்டங்கள், நீதிமன்றத்தின் புனிதம் ஆகிய பெருங்கதையாடல்களின் கீழ் மேற்கொள்ளப்படும் "உறுதியான முடிவுகள்", நிறுவப்படும் "சட்டபூர்வமான உண்மைகள்" ஆகியவற்றில் உள்ளார்ந்து பொதிந்து கிடக்கும் வன்முறை, பொறுப்பின்மை ஆகியவை சிந்திக்கத்தக்கன. இருபத்தாறு பேரையும் கொலையாளிகள் என்கிற உண்மையை நிறுவி அத்தனை பேருக்கும் மரண தண்டனை வழங்குகிறார் ஒரு நீதிபதி. ஒருவேளை மேல் முறையீடு இல்லாமல் இருந்திருந்தால் இந்நேரம் அவர்கள் தூக்கில் தொங்கியிருப்பர். ஆனால் மேல் முறையீட்டை விசாரித்த நீதிபதி அவர்களில் இருபத்திரண்டு பேர்கள் மீதான குற்றச்சாட்டு 'உண்மை' எனப் போதிய அளவிற்கு நிறுவப்படவில்லை என விடுதலை செய்கிறார். ஆனால் இருபத்தாறு பேரையும் மரணக் கொட்டிலுக்கு அனுப்ப ஆணையிட்ட முதலாமவர் தீர்ப்பின் பொறுப்பிலிருந்து கைகழுவிக் கொள்கிறார். அவர் சொன்ன தீர்ப்பிற்கு அவர் பொறுப்பற்றவர் ஆகிறார். பெருங்கதையாடல்கள் அவரைக்

காப்பாற்றி விடுகின்றன. இதைத்தான் "பெருங்கதையாடல்களின் வன்முறை" என்கிறோம். "நீதி சாத்தியமில்லை" என்கிறோம். "தீர்ப்புகள் வழங்கப்படும்போது நீதி செத்துவிடுகிறது" என்கிறோம். "தீர்ப்புகளை என்றென்றைக்குமாய் ஒத்தி வைப்போம்" என்கிறோம். "அரசும் நீதிமன்றங்களும் தண்டனையைத்தான் வழங்க முடியுமே தவிர நீதியை வழங்க இயலாது" என்கிறோம்.

அப்படியானால் குற்றங்களைக் கண்டுகொள்ளாமல் விட்டு விடுவதா? என்ன செய்கிறீர்கள் நீங்கள்? மரண தண்டனை வேண்டாமெனத் தொடங்கி, கடைசியில் தண்டனைகளே வேண்டாம் எனச் சொல்வது அராஜகம் இல்லையா? உங்களின் இறுதி நோக்கம் குழப்பம்தானே? என்றெல்லாம் பொரிந்து தள்ளி இந்தத் தத்துவார்த்தச் சிக்கலின் கூர்மையை மழுங்கடிப்பதில் பொருளில்லை. மகாத்மா காந்தி சொல்வார்:

"வன்முறையாளர்களைக்கூட தண்டனை என்கிற பெயரில் சிறையில் அடைப்பதை நான் விரும்பவில்லை. கொள்ளைக்காரர்களையும் ஏன் கொலையாளிகளையும் கூடத் தண்டிப்பதை என் அகிம்சைக் கோட்பாடு ஏற்கவில்லை. மரண தண்டனை என்பதை எந்த வகையிலும் என் மனசாட்சி ஏற்கவில்லை." மரண தண்டனையை மட்டுமல்ல, தண்டனை என்பதையே காந்தி ஏற்கவில்லை. ஆனால் நீதி சாத்தியமா என்கிற கேள்வியினடியாக காந்தி இந்த முடிவை வந்தடையவில்லை; அஹிம்சை என்கிற இன்னொரு பெருங்கதையாடலினடியாக அவர் இதைச் சொல்கிறார். இதிலுள்ள சிக்கலை நாம் இன்னொரு சந்தர்ப்பத்தில் பார்ப்போம். தண்டனை என்கிற கருத்தாக்கத்தையே காந்தி மறுப்பதை மட்டும் இங்கே குறித்துக் கொள்வோம்.

நான் தண்டனை வேண்டாமென்பதைக் கூட இப்போது முன் வைக்கவில்லை. நீதி வழங்கு முறையின் உள்ளார்ந்த வன்முறையை நாம் கணக்கில் எடுத்துக்கொள்ளவேண்டும். முடிந்தவரை நமது நீதி வழங்குமுறையைச் ஜனநாயகப்படுத்த வேண்டும். எக்காரணம் கொண்டும் நிகழ்வின் தனித்தன்மைகளைப்

புறக்கணிக்கக்கூடாது. அந்த வகையில் நமது கவனத்தில் உடனடியாக வரக்கூடியவை:

1. நீதி சாத்தியமில்லை என்கிற பிரச்சினைப்பாட்டைக் கவனத்திற்கொண்டு, மாற்ற முடியாத தண்டனையாகிய மரண தண்டனையை ரத்து செய்வது.

2. நீதி வழங்கு முறையில் குற்றவாளிகள், குற்றத்தால் பாதிக்கப்பட்டவர்கள் ஆகியோரையும் உள்ளடக்குவது. தண்டனை வழங்கும் முன்பாக குற்றவாளியிடமே கருத்து கேட்பதற்கான சாத்தியக் கூறு இன்றைய இந்தியக் குற்றவியல் நடைமுறைகளிலேயே இருக்கிறதென்றாலும், அதை நீதிபதிகள் முறையாகப் பயன்படுத்துவதில்லை. அப்படி இல்லாமல் அதற்குரிய முக்கியத்துவத்திற்கு அழுத்தம் அளிப்பது.

3. இஸ்லாமியத் தண்டனை முறைகள் மிகவும் கொடுமையானவை என்றொரு கருத்து உண்டு. எனக்கும் அதில் ஏற்பு உண்டு. ஆனால் இஸ்லாமிய நீதிவழங்கு முறையில் குற்றச் செயலால் பாதிக்கப்பட்டவர்களையும் உள்ளடக்குவது என்கிற ஒரு நல்ல அம்சம் உண்டு. அதாவது குற்றச் செயலால் பாதிக்கப்பட்டவர்கள் அல்லது அவர்களின் நேரடியான உறவினர்கள் நினைத்தால் குற்றவாளியை மன்னிக்கலாம். மரண தண்டனையில் இருந்து தப்புவிக்கலாம். சமீபத்தில் கூட வளைகுடா நாடொன்றில் பணிபுரிந்துகொண்டிருந்த ஒரு கேரள இளைஞர், இன்னொரு ஊழியரைக் கொன்ற வழக்கில் கொல்லப்பட்டவரின் மனைவியும் குழந்தைகளும் கொன்றவரை மன்னித்து மரண தண்டனையிலிருந்து விலக்களித்துள்ள செய்தி இந்திய நாளிதழ்களில் வெளிவந்துள்ளது. ஆனால், ராஜிவ் கொலை வழக்கில் அவரது மனைவி சோனியா காந்தி அவர்கள் குற்றவாளிகளை மன்னித்தும் கூட அவர்களது மரண தண்டனையை ரத்து செய்வதற்கான முகாந்திரங்களில் ஒன்றாக இதனை இந்திய நீதி வழங்கு முறை ஏற்றுக்கொள்ளாதது கருதத்தக்கது.

ஆக நிகழ்வின் தனித்தன்மை, உறுதிப்பாடுகளின் சாத்தியமின்மை

(impossibility of Certitude), உண்மைகளின் கட்டமைப்பில் பொதிந்து கிடக்கும் வன்முறை ஆகியவற்றை நாம் கவனத்தில் கொள்ள வேண்டும். நீதி வழங்குமுறையின் அடிப்படைக் கூறுகளாக அமையும் 'குற்றச்செயல்,' அதனால் ஏற்படும் 'பாதிப்பு', 'தீர்ப்பளிக்கும் நீதிமன்றம்' என்கிற மூன்றில் மூன்றாவது இடத்தில் உள்ள நீதிமன்றத்தின் பொறுப்பின்மை அல்லது பிழை ஆகியவற்றின் அடிப்படையில் தவறாக வழங்கப்படும் தீர்ப்பு ஒருமுறை நிறைவேற்றப்பட்டால் பின்பு மீண்டும் திருத்திக் கொள்ள முடியாததாக (irreversible) உள்ள நிலையை நாம் கவனத்தில் கொள்ள வேண்டும். அப்படியான ஆபத்து உள்ள ஒரு தண்டனையை நாம் செயல்படுத்தக் கூடாது என்கிறோம். மரண தண்டனை ரத்து செய்யப்பட வேண்டும் என்கிறோம்.

இந்தியாவில் மேற்கொள்ளப்படுகிற மரண தண்டனை முறை சாகும் வரை தூக்கில் தொங்கவிட்டுக் கொல்வது. இது குறித்து சித்திரவதையற்றது, கண நேரத்தில் நிகழ்வது, தூக்கிலிட்ட மறுகணமே ரத்த நாளங்கள், நரம்பு, மூச்சு மண்டலங்கள் பாதிக்கப்பட்டு மரணம் நிகழ்கிறது என்றெல்லாம் மரண தண்டனை தேவை என வாதிடும் சட்ட வல்லுனர்கள் குறிப்பிடுவர். தூக்கில் வீழ்கிற தொலைவு குறைவாகவோ அதிகமாகவோ இல்லாமல் அளவாகச் செய்வதன் மூலம் மூச்சுத் திணறலோ, தலை துண்டிப்போ நிகழாமல் மரணம் சம்பவிக்கிறது என்றும் அவர்கள் வாதிடுவர். இதற்காக மரண தண்டனை விதிக்கப்பட்டவரது உயரம், கழுத்தளவு, எடை முதலியவை முதல் நாளே அளக்கப்படுகின்றன.

இத்தனை எச்சரிக்கைகளும் அவமானங்களும் (humilia-tions) மேற்கொள்ளப்பட்ட பின்பும் கூட நமது தூக்குமுறை சித்திரவதை மிக்கதாகவும் இழிவு மிக்கதாகவுமே உள்ளது. தூக்குத்தண்டனையை நிறைவேற்றுகிற சிறை ஊழியர்களின் கூற்றுக்கள் இதனை மெய்ப்பிக்கின்றன. காந்தியைக் கொன்ற நாதுராம் கோட்சே அம்பாலா சிறையில் தூக்கிலிடப்பட்ட போது (1950) தூக்கு மரத்திலேயே அவனது உடல் பதினைந்து நிமிடங்கள் தொங்கித் துடித்த பின்புதான் உயிர் பிரிந்தது.

இரு குழந்தைகளைக் கொன்ற பில்லா (29), ரங்கா (27) ஆகிய இருவரும் ஒரு ஞாயிற்றுக்கிழமை காலை தூக்கிலிடப்பட்ட போதும் (14, பிப்ரவரி 1982) இப்படித்தான் நடந்தது.

சிறை ஊழியர்கள் மரணக் குழியில் இறங்கித் தொங்கிக் கொண் டிருப்பவரின் கால்களையும் கைகளையும் பிடித்து இழுத்த பின்புதான் இப்படியான சம்பவங்களில் உயிர் பிரிகிறது. கழுத்தெலும்பு படக்கென ஒடியாமல் இப்படி மூச்சுத் திணறித் துடித்து மரிப்பதன் விளைவாக கண்கள் துருத்தி வெளியில் வந்து மலம், நீர், சளி, விந்து, இரத்தம் முதலியன வெளியேறி மரணம் கோரமாக நிகழ்கிறது.

சிறை மருத்துவர் ஒரு ஏணி வழியாக ஏறி, ஆடும் உடலைச் சிறை ஊழியர்கள் பிடித்துக் கொள்ள, மார்புத் துடிப்பைச் சோதனை செய்து மரணத்தை உறுதி செய்கிறார். பின் சிறிது நேரம் கழித்து உடல் இறக்கப்படுகிறது.

சிறைக்கு வெளியே உறவினர்கள் பதறி நிற்கின்றனர். இந்திரா காந்தியைக் கொலை செய்த சதியில் பங்குபெற்றவர் எனச் சொல்லி கேகர் சிங் தூக்கிலிடப்பட்டபோது, அவரது ரத்த உறவினர்கள் வெளியில் கதறிக் காத்திருந்த சோகக் காட்சியை பத்திரிகை படித்தவர்கள் மறந்துவிட இயலாது.

இத்தகைய இழிவுச் சாவுக்குப் பிறகு உறவினர்கள் பெரும்பாலும் பிணத்தை எடுத்துச் செல்வதில்லை. அரசியல் முக்கியத்துவம் வாய்ந்த தூக்குகளில் உறவினர் விரும்பினாலும் பிணம் ஒப்படைக்கப்படுவதில்லை. பெரும்பாலும் சிறை ஊழியர்களே உடலையும் அப்புறப்படுத்தி அழிக்கின்றனர்.

தூக்கு மரம் ஏறும் தியாகிகள் வீர வசனம் பேசி, கயிற்றை முத்தமிட்டு மரணத்தைத் தழுவிக்கொள்வதாகத்தான் நமது தியாகக் கதையாடல்கள் அமைகின்றன. ஆனால் பெரும்பாலும் சோக ஓலங்களோடும் வேதனைக் குரல்களோடும், கட்டாயமாகவும்தான் தூக்குகள் நிகழ்த்தப்படுகின்றன. தன்னுடன் மலேசியப் பொதுவுடைமைக் கட்சியில் செயல்பட்ட

போராளி ஒருவர் தூக்கிலிடப்பட்டதையும் அவரது கடைசி நாளையும் என் தந்தை விவரித்தபோது, சின்ன வயதில் நான் நெஞ்சுறைந்து அமர்ந்திருக்கின்றேன். இரவு முழுவதும் பாரதி பாடல்களைப் பாடிக் கொண்டிருந்தாராம் அந்தத் தோழர். நள்ளிரவிற்குப் பிறகு பாடல்கள் அழுகையாகவும் புலம்பல்களாகவும் மாறினவாம்.

தூக்கிலிடப்படுபெவர்கள் பெரும்பாலும் அடித்தளச் சமூகங்களைச் சேர்ந்தவர்கள், அவர்களது மரணத்தால் துன்புறுவோரும் ஏழை எளிய மக்கள், தீர்ப்பிற்கும் தூக்குமரம் ஏறுவதற்கும் இடைப்பட்ட நீண்ட இடைவெளி ஏற்படுத்தும் மனச்சிதைவுகள் பற்றியெல்லாம் சட்ட ஒழுங்கு நிறுவனம் கவலை கொள்வதில்லை.

மரண தண்டனை நீக்கத்தைப் பொறுத்தமட்டில் அரசும், அரசைப் பிரநிதித்துவப்படுத்துபவர்களும் இரு குரலில் பேசுவதை நாம் கவனிக்க வேண்டும். மரண தண்டனைக்கு எதிர்ப்பு கிட்டத்தட்ட நூறாண்டுகளாக நமது நாட்டில் ஒலித்துக்கொண்டிருக்கிறது. பகத்சிங்கும் அவரது சகாக்களும் தூக்கிலிடப்பட்ட போது (1931) அன்றைய சட்டமன்றத்தில் மரண தண்டனைக்கு எதிராக ஒரு தனி நபர் மசோதா தாக்கல் செய்யப்பட்டது. அன்றைய பிரிட்டிஷ் அரசின் உள்துறை அமைச்சகம் அதனை நிராகரித்தது. விடுதலைக்குப் பிந்திய இந்தியப் பாராளுமன்றத்தில் (1956) காங்கிரஸ் அரசு அதனை நிராகரித்தது. 1958, 1962 ஆகிய ஆண்டுகளில் மேலவையில் மரண தண்டனை ஒழிப்புத் தீர்மானங்கள் இயற்றப்பட்ட போது சட்ட மறுபரிசீலனைக் குழுவின் பார்வைக்கு அதனை அனுப்பிவிட்டு அரசு ஒதுங்கிக் கொண்டது. 1967இல் சமர்ப்பிக்கப்பட்ட சட்டக் குழு அறிக்கை 1971இல் பாராளுமன்றத்தில் வைக்கப்பட்டது. மரண தண்டனை தொடர வேண்டும் என்பதே அதன் பரிந்துரையாக இருந்தது.

1975ஆம் ஆண்டு, இன்றைய பாரதீய ஜனதாவின் முந்தைய வடிவமாகிய பாரதீய ஜனசங் கட்சியினர், மகாவீரரின் நினைவாக மரண தண்டனையை ரத்து செய்ய வேண்டும் எனவும்

விதிக்கப்பட்டுள்ள மரண தண்டனைகள் எல்லாவற்றையும் குறைக்க வேண்டும் எனவும் குடியரசுத் தலைவரிடம் மனு கொடுத்தனர்.

1983ஆம் ஆண்டு, பாராளுமன்றத்தில் மரண தண்டனை குறித்த விவாதம் எழுந்தபோது ரத்து செய்ய வேண்டும் என்கிற கருத்திற்கு ஆதரவாகப் பேசினார் அன்றைய பிரதமர் இந்திரா காந்தி. ஆனால், அரசு இதனை ஏற்காது என அன்றைய உள்துறைத் துணை அமைச்சர் என்.ஆர். லஸ்கார் கைவிரித்தார்.

மரண தண்டனையைக் கண்டித்த காந்தியின் கொலையாளியையும் தூக்கிலிட்டனர். மரண தண்டனை ஒழிப்பிற்கு ஆதரவாகப் பேசிய இந்திராவின் கொலையில் தொடர்புடையவர் எனவும் ஒருவர் தூக்கில் இடப்பட்டார். நாடெங்கிலும் கடுமையான எதிர்ப்புகளுக்கிடையில் இந்தத் தூக்கு நிறைவேற்றப்பட்டது. மகாவீரரின் பெயரைச் சொல்லி மரண தண்டனையை ரத்து செய்யக் கோரியவர்கள் ராஜீவ் கொலையாளிகளைத் தூக்கிலிடுவதை ஆதரித்தனர். ஆட்சிக்கு வந்தபின் தூக்குத் தண்டனைகளை நிறைவேற்றுகின்றனர்.

விரிவான நடைமுறைகள், பல்லாயிரக்கணக்கான பக்கங்களில் குற்றப் பத்திரிகைகள், தீர்ப்பு, உண்மை வென்றது என அறிக்கைகள், மேல் முறையீடு, தண்டனை உறுதி, இடைக்காலத் தடைகள், தடை நீக்கங்கள், கருணை மனுக்கள், கருணை நிராகரிப்பு, உலகு முழுக்க அறிவிக்கப்பட்டு குறித்த நேரத்தில் தண்டனை நிறைவேற்றம் – தனது குடிமக்களின் உடல் மீதான தனது இறையாண்மையை அரசு இப்படித்தான் நிறைவேற்றிக் கொள்கிறது. சமூக ஒழுங்கைக் குலைக்கக்கூடிய இருப்புகளை நீக்குவதன் மூலம் சமூகத் தூய்மையைக் காக்கும் பொறுப்பு தனக்குள்ளதாக அது உரிமை கோருகிறது. இந்த உரிமையை அரசு எக்காரணம் கொண்டும் இழக்கத் தயாராக இல்லை. மரண தண்டனை என்கிற அச்சுறுத்தல் இருந்தால்தான் சமூக ஒழுங்கு குலையாமல் இருக்கும் என்கிற தர்க்கத்தை மட்டுமே முன்வைத்து இந்த உரிமையை அது தக்கவைத்துக்கொள்கிறது.

பாராளுமன்றம், ஜனநாயகம் ஆகியன குறித்த அடிப்படைக் கேள்விகளோடு இணைந்த பிரச்சினை இது. மேலை நாடுகளில் மன்னராட்சி ஒழிக்கப்பட்டு பாராளுமன்றம் அந்த இடத்தைப் பிடித்த போது அதிகார வடிவங்களில் எவ்வித மாற்றங்களும் செய்யப்படாமல் அரசனின் இறையாண்மை அதிகாரங்கள் அனைத்தும் அப்படியே பாராளுமன்றத்திடம் மாற்றீடு செய்யப்பட்டது. எனவே அரசனுக்குப் பதிலாக பாராளுமன்றம் அமைந்தது. புரட்சிக்குப் பிந்திய அரசுகளில் சோவியத் மாதிரி அமைப்புகள் அந்த இடத்தில் அமர்ந்தன. ஜனநாயகம் என்பது பொருளிழந்தது. சிவில் சமூகம் பலமிழந்து கிடப்பது தொடர்ந்தது.

அரசிற்கும் சிவில் சமூகத்திற்குமிடையில் பொதுவெளி ஒன்றை உருவாக்க வேண்டிய அவசியமிருக்கிறது. அது திறந்த வடிவமுடையதாகவும் பரந்துபட்ட குழுக்களை ஒன்றிணைப்பதாகவும் அமைய வேண்டும். அரசு மற்றும் அரசியல் கட்சிகள் மீதான அழுத்தக் குழுவாக அது செயல்பட வேண்டும். ராஜிவ் கொலை வழக்கு தொடர்பான கைதிகள் மீதான மரண தண்டனைக்கு எதிரான அத்தகைய ஒரு இணைவு தமிழகத்தில் உருப்பெற்றது வரவேற்கத்தக்கது.

ஆனால் ஒன்றைக் கவனத்தில் நிறுத்துவது அவசியம். இது ஒரு மனித உரிமைப் பிரச்சினை. நீதி வழங்குதலில் உள்ளார்ந்து அமையும் சிக்கலின் விளைபொருளான வன்முறைக்கு எதிராக மனித உரிமையை நிலைநிறுத்தும் முயற்சி என்கிற அடிப்படையிலேயே நாம் மரண தண்டனையை எதிர்க்க வேண்டும். இதை ஒரு தமிழர் பிரச்சினையாகவோ, இனப் பிரச்சினையாகவோ மட்டும் சுருக்கிப்பார்த்து அதற்கு மட்டும் மன்னிப்பு என்பதாக அமையக் கூடாது. பகத்சிங்கிற்கு விதிக்கப்பட்ட மரண தண்டனையை மட்டு மல்ல கோட்சேக்கு விதிக்கப்பட்ட மரண தண்டனையையும் எதிர்க்கும் நெஞ்சுரம் நமக்கு வேண்டும். அரசுகள் விதிக்கும் மரண தண்டனையை மட்டுமல்ல குட்டி அரசுகளாகவும், சமயங்களில் அரசுகளை விடவும் ஜனநாயக மாற்றுகளுக்கு

வாய்ப்பே இல்லாதவையாகவும் உள்ள இயக்கங்கள் விதிக்கும் மரண தண்டனையையும் எதிர்க்கும் நேர்மையும் திராணியும் நமக்குத் தேவை. போர்க்களத்தில் மட்டுமின்றி திருடுதல், விபச்சாரம் முதலான சாதாரணக் குற்றங்களுக்காகவும் கூட இன்று அரசுகளைவிடவும் அதிகமாக மரண தண்டனை விதிக்கும் இயக்கங்கள் உலகில் உள்ளன. அதுபோல தூக்கு முதலான சட்டபூர்வமான கொலைகளைத் தவிர மோதல் என்கிற பெயரில் ஒழித்துக் கட்டப்படும் அரச கொலைகளும் இங்கு உண்டு. இவற்றையும் நாம் எதிர்க்க வேண்டும். இத்தகைய நெஞ்சுரமும் நேர்மையும் மரண தண்டனையை எதிர்க்கும் நம் எல்லோருக்கும் வேண்டும். ஒரு இனத்தைக் காக்கும் பெரும் போரின் நடுவே மனித உரிமை வாதங்கள் பொருந்தாது என்று சொல்லி இயக்கங்கள் நிறைவேற்றும் மரண தண்டனைகள் சரியானவைதான் என நாம் சொல்வோமேயானால் சமூக ஒழுங்கு, சட்டபூர்வமான அரசு என்கிற பெருங்கதை யாடல்களுக்கு முன்னால் நம்முடைய நியாயங்களும் நிற்காது என்பதை நாம் உணரவேண்டும்...

(மரண தண்டனைக்கெதிராக சென்னையில் தமிழ் எழுத்தாளர்கள் நடத்திய மாநாட்டில் பேசிய உரை)

4

தவறாக மரண தண்டனை:
உச்ச நீதிமன்றம் சொல்வதென்ன?

ராஜீவ் காந்தி கொலை வழக்கில் குற்றம் சாட்டப்பட்டவர்களில் நால்வருக்குத் தனது தலைமையில் அமர்ந்த உச்ச நீதிமன்ற அமர்வு ஒன்று மரண தண்டனை அளித்ததில் தவறு நிகழ்ந்துள்ளது என நீதியரசர் கே.டி.தாமஸ் பதின்மூன்று ஆண்டுகளுக்குப் பின் கூறினார். முன்னதாக ஜூலை 25 (2012) அன்று புகழ்பெற்ற முன்னாள் நீதிபதிகள் 14 பேர் அப்போதுதான் பதவி ஏற்றிருந்த குடியரசுத் தலைவர் பிரணாப் முகர்ஜியைச் சந்தித்து நமது நீதி வழங்கு வரலாற்றில் இதுவரை காணாத வகையில் மனு ஒன்றை அளித்தனர். ஆறு வழக்குகளில் மரண தண்டனை அளிக்கப்பட்டு, இந்தியாவின் பல்வேறு சிறைகளிலும் அடைபட்டுக் கிடக்கும் 13 பேர்களின் மரண தண்டனைகளை, குடியரசுத் தலைவருக்கு அரசியல்சட்டத்தின் 72ம் பிரிவின்படி அளிக்கப்பட்டுள்ள அதிகாரத்தைப் பயன்படுத்தி, ஆயுள் தண்டனையாகக் குறைக்குமாறு அம்மனுவில் வேண்டப்பட்டிருந்தது.

ஒன்றைச் சொல்ல வேண்டும். மரண தண்டனை ஒழிப்பு என்கிற அடிப்படையிலிருந்து அவர்கள் இதைக் கோரவில்லை. அவர்களில் சிலர் மரண தண்டனை ஒழிப்பில் அக்கறை உள்ளவர்களாக இருக்கலாம். ஆனால் இந்தக் கோரிக்கை அந்த அடிப்படையிலிருந்து எழவில்லை, மாறாக அவர்கள் சுட்டிக் காட்டியுள்ள இந்த மரண தண்டனைகள் அனைத்தும் தற்போதைய நீதி வழங்கு நெறிமுறைகளுக்கு மாறாகவும் தவறாகவும் அளிக்கப்பட்டுள்ளது என்கிற அடிப்படையிலேயே அவர்கள் இதைக் கோரினர். ஓய்வு பெற்ற இந்நீதிபதிகள் தன்னிச்சையாக இதைக் கூறவில்லை. உச்ச நீதிமன்றம் தனது சமீபத்திய மூன்று வழக்குகளில் தீர்ப்பளிக்கும்போது முன்னதாக அது ஏழு வழக்குகளில் அளித்துள்ள மரண தண்டனைகள் "தவறுதல் அல்லது அறியாமையின்" (per incurium) காரணமாக அளிக்கப்பட்டவை என ஏற்றுக்கொண்டுள்ளது.

சந்தோஷ் குமார் பாரியார் (6 SCC 498 /2009), திலிப் திவாரி (1 SCC 775 /2010), ராஜேஷ் குமார் (13 SCC 706 /2011) ஆகிய சமீபத்திய மூன்று வழக்குகளில்தான் உச்ச நீதிமன்றம் இந்தத் தவறை ஒத்துக் கொண்டது. மரண தண்டனை வழங்குவதில் தற்போதைய மிக அடிப்படையான கட்டுப்படுத்தும் நெறியான (binding dictum), "அரிதினும் அரிதான வழக்குகளில் மட்டுமே மரண தண்டனை வழங்க வேண்டும்" எனும் நிபந்தனைக்கு மாறானவையாக மேற்குறித்த ஏழு வழக்குகளின் தீர்ப்புகளும் அமைந்து விட்டன என்று உச்ச நீதிமன்றம் ஒப்புக்கொண்டுள்ளதன் அடிப்படையிலேயே பதினான்கு நீதிபதிகளும் இந்த மனுவைக் குடியரசுத் தலைவரிடம் அளித்தனர்.

"மரண தண்டனை வேண்டுமா, கூடாதா என்கிற அகன்ற விவாதத்திற்குள் நாங்கள் செல்லவில்லை. மரண தண்டனை என்பதை மிக்க நேர்மையுடனும், நடுநிலையுடனும் நீதியுடனும் மனசாட்சியின் உறுத்தலுடனுந்தான் கையாள வேண்டும். தவறாகத் தண்டனை வழங்கப்பட்ட ஒருவரைத் தூக்கிலிடுவது நமது குற்ற நீதி வழங்கு முறையின் நம்பகத் தன்மையையும், இத்தகைய தண்டனை நிறைவேற்றுகிற அரசு அதிகாரத்தையும்

எதிர்காலத்தில் கேள்விக்குள்ளாக்கிவிடும்" என அவர்கள் அம் மனுவில் எச்சரித்திருந்தனர்.

குற்ற நீதி வழங்குமுறையில் மாற்றங்கள்

மேலே செல்லுமுன் குற்ற நீதி வழங்குமுறை குறித்து ஒரு சொல். 'குற்றம்' என்பதையும், அதற்குரிய 'தண்டனை' யையும் நமது சட்டங்கள் வரையறுக்கின்றன. நீதிமன்றங்கள் இவற்றின் வழி நின்று நீதி வழங்க வேண்டும். ஆம், நீதிமன்றங்கள் என்பன நீதி வழங்கும் நிறுவனங்கள்தானே ஒழிய அவை பலரும் நினைப்பதுபோல தண்டனை வழங்கும் நிறுவனங்கள் அல்ல. இது குறித்துப் பின்னர் சற்று விரிவாகப் பார்ப்போம்.

சட்ட நூற்களின் அடிப்படையில் நீதிமன்றம் தீர்ப்புகளை வழங்குகின்றன என்பதில் இரு அம்சங்கள் கவனத்திற்குரியன. சட்டங்கள் என்பன நிரந்தரமானவை அல்ல. சமூக வளர்ச்சிப் போக்கில் சட்டங்கள் மாறுகின்றன. மனித சமூகம் மேலும் மேலும் மனிதாயப்படுகிறது. அதன் அனுபவங்கள் விசாலிக்கின்றன. ஒரு காலத்தில் உருவாக்கப்பட்ட சட்டங்கள் முற்றிலும் வேறுபட்ட இன்னொரு சூழலில் பொருந்தாது. அனுபவங்களின் ஊடாகச் சட்டங்களின் வரையறைகளிலும், அணுகுமுறைகளிலும் மாற்றங்கள் செய்வதும் தண்டனைகளை மேலும் மேலும் மனிதாயப்படுத்துவதும் தேவையாகின்றன. இது குறித்தும் பின்னர் விரிவாகக் காண்போம்.

ஒரு எடுத்துக்காட்டு: பாலியல் வன்புணர்ச்சி தொடர்பான சட்டங்கள் 1886ல் பிரிட்டிஷ் ஆட்சியில் உருவாக்கப்பட்டன. அதில் பல குறைபாடுகள், குறிப்பாக பாதிக்கப்பட்ட பெண்ணுக்கு உரிய நீதி கிடைப்பதற்கு வாய்ப்பில்லாத வகையில் இருந்தன. குற்றம் புரிந்த ஆண் தப்பிப்பதற்கு ஏதுவான ஒரு ஆணாதிக்க மனநிலையில் உருவான அச்சட்டம் சமூக வளர்ச்சிப் போக்கிலும், சமுகத்திலும், பெண்கள் மத்தியிலும் உருவாகும் விழிப்புணர்வின் விளைவாகவும் இன்று பல மாற்றங்களுக்கு உள்ளாகி, குற்றச் சட்டத் திருத்தம் (Criminal Law Amendment) தொடர்பான 'வர்மா ஆணைய அறிக்கை'

(2013) வரை வளர்ந்துள்ளது. 1973ல் மதுரா என்கிற பழங்குடிப் பெண் வன்புணர்ச்சி செய்யப்பட்ட வழக்கில் வழங்கப்பட்ட தீர்ப்பை எதிர்த்து பெண்ணிய அமைப்புகள் போராடின. பாதிக்கப்பட்ட பெண்களுக்கு உரிய நீதி கிடைக்காத அளவிற்கு இது தொடர்பான நம் சட்டங்கள் எவ்வளவு ஆணாதிக்கத் தன்மையுடன் உள்ளன என்பது குறித்து தேசிய அளவில் விவாதமொன்று உருவாவதற்கு இது வழி வகுத்தது. 1980ல் மும்பையில் ஒரு மிகப் பெரிய மாநாடு ஒன்று நடத்தப்பட்டு விரிவான நெறிமுறைகள் பரிந்துரைக்கப்பட்டன.

இவ்வாறு ஒரு பிரச்சினை குறித்துத் தீவிரமாகச் சிந்திப்பவர்கள் உருவாக்கும் நெறிமுறைகள் அனைத்தையும் ஏற்கும் அளவிற்குச் சமூகம் இணையாகப் பக்குவப்பட்டு விடுவதில்லை. எனினும் இவ்வாறு உருவாகி மேலெழும் நெறிமுறைகளிலிருந்து சமூகம் முற்றிலும் ஒதுங்கிக்கொள்ளவும் இயலாது. சமூக மதிப்பீடுகள் மாற்றமடைகின்றன. இந்த முரண்பாடுகளின் ஊடாகத்தான் சமூக வளர்ச்சி நடைபெறுகிறது. மும்பை மாநாடு உருவாக்கிய நெறிகள் அனைத்தும் சட்டமாக்கப்பட இயலவில்லை ஆயினும் 1983ல் இந்த அடிப்படையில் வன்புணர்ச்சி தொடர்பான சட்டத்தில் பல முக்கிய மாற்றங்கள் செய்யப்பட்டன.

"வன்புணர்ச்சி", "ஒப்புதல் (consensual sex)" ஆகியவற்றின் வரையறைகள், விசாரணை முறை (in camera proceedings), குறைந்தபட்ச மற்றும் அதிகபட்சத் தண்டனைகளை அதிகரித்தல் என்றெல்லாம் கொஞ்சம் கொஞ்சமாக சட்டத்தில் மாற்றங்கள் உருவாயின. கணவனாக இருந்தபோதிலும் பிரிந்துள்ள மனைவியின் மீது மேற்கொள்ளும் அவரது விருப்பத்திற்கு மீறிய பாலியல் அத்துமீறலை வன்புணர்ச்சியாகவே கருதுதல் முதலியனவும் இன்று சட்டத்தில் சேர்க்கப்பட்டுள்ளன. எனினும் கணவனாக இருந்த போதிலும் மனைவியின் ஒப்புதலின்றி மேற்கொள்ளப்படும் புணர்ச்சியை வன்புணர்ச்சியாகவே கருத வேண்டும் என்பது இன்னும் ஏற்றுக்கொள்ளப்படவில்லை. எதிர்காலத்தில் அதுவும் கூட மாறலாம்.

இப்படிச் சட்டங்கள் காலப்போக்கில் மாறுவது என்பது

ஒன்று. மற்றது சட்ட நூல்களில் கூறப்பட்டதற்கு அப்பால் சமூக வளர்ச்சிப் போக்கு மற்றும் பன்னாட்டு நீதி வழங்கு நெறிமுறை வளர்ச்சி ஆகியவற்றின் ஊடாக இருக்கும் சட்டங்களுக்கு நீதிமன்றங்கள் புதிய விளக்கங்களை அளித்துப் புதிய நெறிமுறைகளை உருவாக்குவது என்பது மற்றொன்று. உச்ச நீதிமன்றத்தின் விரிந்த ஒரு அமர்வு இவ்வாறு ஒரு புதிய விளக்கத்தை அளிக்கும்போது, பின் அதுபோன்ற வழக்குகளில் இந்த விளக்கம் ஒரு கட்டுப்படுத்தும் நிபந்தனையாக (binding dictum) ஆகிவிடுகிறது, இத்தகைய புதிய விளக்கத்தின் அடிப்படைக் கோட்பாடு (ratio decidendi) மீற இயலாத வழிகாட்டு நெறி அல்லது 'வரைநெறி' (ratio)) ஆகிவிடுகிறது, ஒரு விரிந்த நீதிமன்ற அமர்வு (எ.கா: ஐந்து நீதிபதிகள் கொண்ட ஒரு அமர்வு) உருவாக்கிய ஒரு அடிப்படை நெறியை, அதைவிடக் குறுகிய ஒரு அமர்வு (எ.கா: மூன்று நீதிபதிகள் கொண்ட ஒரு அமர்வு) மாற்றி அமைத்து விட இயலாது.

மரண தண்டனை தொடர்பான அப்படியான ஒரு அடிப்படை வரைநெறியை (ratio) உருவாக்கிய ஒரு தீர்ப்புதான் அரிதினும் அரிதான வழக்குகளில் மட்டுமே மரண தண்டனை வழங்க இயலும் என்கிற பச்சன்சிங் வழக்குத் தீர்ப்பு. சமூகம் மேலும் மேலும் மனிதாயப்பட்டு வருவதற்கேற்ப நமது தண்டனைக் கலாச்சாரமும் மனிதாயப்பட வேண்டும் என்பதற்கு இது ஒரு சிறந்த எடுத்துக்காட்டு.

பச்சன் சிங் தீர்ப்பின் பின்னணியும் முக்கியத்துவமும்:

'பச்சன்சிங் எதிர் பஞ்சாப் அரசு' (SCC 2 684 /1982) என்கிற புகழ்பெற்ற வழக்கில் நீதியரசர் பகவதி அவர்களின் தலைமையில் அமர்ந்த ஐந்து நீதிபதிகள் கொண்ட உச்ச நீதிமன்ற அரசியல் சட்ட அமர்வு உருவாக்கிய மரண தண்டனை தொடர்பான அடிப்படை நெறி உருவாக்கப்படும்வரை கொலைக் குற்றத்திற்கு மரண தண்டனை என்பதே இயல்பான தண்டனையாக ஏற்றுக்கொள்ளப்பட்டிருந்தது.

பிரிட்டிஷ் ஆட்சியில் 1898ம் ஆண்டு உருவாக்கப்பட்ட குற்ற

நடைமுறைச் சட்டத்தின் 367 (5) வது பிரிவின்படி, மரண தண்டனைக்குரிய குற்றமொன்றில் ஒரு நீதிமன்றம் மரண தண்டனை அல்லாமல் குறைந்த (அதாவது சிறை) தண்டனை அளித்தால் அது அதற்கான விளக்கத்தை அளிக்க வேண்டும். அதாவது மரண தண்டனை என்பது விதி. ஆயுள் தண்டனை என்பது விதிவிலக்கு. 1950ல் உருவான நமது அரசியல் சட்டமும் இதை ஏற்றுக்கொண்டது. 1956 வரை இது நீடித்தது.

எனினும் 1898 ஆம் ஆண்டு குற்ற நடைமுறைச் சட்டம் 1973 வரை நீடித்தது. 41வது சட்ட ஆணையப் பரிந்துரைகளின் (41st Law Commission) அடிப்படையில் 1973ல் இதில் இரு முக்கிய, வரவேற்கத்தக்க திருத்தங்கள் மேற்கொள்ளப்பட்டன. புதிய சட்டத்தின் 235 (2) பிரிவின்படி தண்டனை வழங்குமுன் நீதிமன்றம் குற்றம் சுமத்தப்பட்டவரிடம் தண்டனை குறித்து அவரது கருத்தைக் கேட்க வேண்டும். 354 (3) பிரிவின்படி மரண தண்டனை வழங்கப்படும் வழக்குகளில் அதற்கான "சிறப்புக் காரணங்களை" நீதிமன்றம் குறிப்பிட வேண்டும். இந்த இரு முக்கிய பிரிவுகளே "அரிதினும் அரிதான வழக்குகளில் மட்டுமே மரண தண்டனை வழங்கப்பட வேண்டும்" என்கிற வரைநெறி உருவாவதற்கு இட்டுச் சென்றது. அதன் வழியாக ஆயுள் தண்டனை என்பது விதியாகவும், மரண தண்டனை என்பது விதிவிலக்காகவும் மாறியது.

1973ம் ஆண்டு குற்ற நடைமுறைச் சட்டம் செயலுக்கு வருவதற்கு முன்னதாக அதே ஆண்டில், ஜக்மோகன்சிங் வழக்கில் உச்ச நீதிமன்றம் மரண தண்டனை நீக்கப்பட வேண்டும் என்கிற கோரிக்கையை நிராகரித்துத் தீர்ப்பு வழங்கியது, 35 வது சட்ட ஆணையப் பரிந்துரையில் (1967) 'இந்தியா போன்ற வேறுபாடுகள் நிறைந்த நாடுகளில் மரண தண்டனையை நீக்க இயலாது' எனக் கூறப்பட்டிருந்ததன் அடிப்படையில் இப்படித் தீர்ப்பளிக்கப்பட்டது.

நீதியரசர் பகவதி தலைமையில் அமைந்த அமர்வு (1982), 1973ம் ஆண்டு சட்டத் திருத்தங்களைச் சாதகமாகப் பயன்படுத்திக்

கொண்டது. அரிதினும் அரிதான வழக்குகளில் மட்டுமே மரண தண்டனை வழங்கப்பட வேண்டும் என்பது குறித்து அது அளித்த விளக்கம் இரு முக்கிய அம்சங்களைக் கொண்டிருந்தது.

(அ) மரண தண்டனை அளிப்பதற்குச் சிறப்புக் காரணங்களைக் கூற வேண்டும் எனச் சொல்ல வரும்போது, குற்றத்தின் சூழலை மட்டுமின்றிக் குற்றவாளியின் சூழலையும் கணக்கில் எடுத்துக்கொள்ள வேண்டும் என்பதை அது வலியுறுத்தியது. "தண்டனையின் அளவை நிர்ணயிக்கும்போதோ, அல்லது கொலைக் குற்றம் உட்பட (இ.த.ச 302) வெவ்வேறு குற்றங்களுக்கான தண்டனைகளைத் தேர்வு செய்யும்போதோ நீதிமன்றம் அந்தக் குறிப்பிட்ட குற்றத்தின் தன்மையில் மட்டுமின்றி, குற்றவாளியின் சூழலிலும் உரிய கவனம் செலுத்த வேண்டும்" என்கிற கூற்றில் (i) குற்றத்தின் தன்மை, அளவு, நோக்கம், பாதிக்கப்பட்டவரின் தகுதி முதலானவற்றோடு (ii) குற்றவாளி யார், அவரது நிலை, பின்புலம், குடும்பம், வயது உட்பட அவரது சூழல்களும் கவனத்தில் கொள்ளப்பட வேண்டும் எனப் பொருளாகிறது. குற்றவாளியின் சூழல் என்பதில் அவரது மன அமைப்பு, சாதி முதலான சமூகக் காரணிகள் அவர் மீது செலுத்திய பிடிப்பு முதலியனவும் கணக்கில் கொள்ளப்பட வேண்டும் என ஒரு வழக்கில் உச்ச நீதிமன்றம் விளக்கமளித்தது குறிப்பிடத்தக்கது.

(ஆ) மரண தண்டனை வழங்கப்படுகிற நபரின் இருப்பு சமூகத்திற்கு மிகப் பெரிய ஊறாகவும் (menace), அவர் திருத்தப்படவே முடியாத நபராகவும் இருக்க வேண்டும் என்பது பச்சன் சிங் வழக்கு அளிக்கும் அடுத்த முக்கிய நிபந்தனை. இந்த நிபந்தனை உண்மையில் தண்டனையின் அளவைத் "தணிக்கும் ஒரு காரணி" (mitigating factor). அதாவது, ஒருவருக்கு மரண தண்டனை அளிக்கப்பட வேண்டுமானால் அவர் இப்படியாகத் திருத்தப்பட முடியாத, சமூகத்தின் நிரந்தரத் தொல்லையாக இருக்க வேண்டும்.

ஒரு எடுத்துக்காட்டு: 2012இல் நடைபெற்ற டில்லி பாலியல்

வன்கொடுமைக் குற்றம் மிகக் கொடூரமானது என்பதை அறிவோம். அதில் பங்கு பெற்ற ஒரு 16 வயதுப் பையன் மிகக் கொடூரமாக நடந்துகொண்டதும் தெரியும். ஆனால் குற்றத்தின் இந்தத் தன்மைகள் மட்டுமே அவனுக்கு மரண தண்டனை அளிக்கப் போதாது. அவன் ஒரு சிறுவன்: இன்னும் திருந்தக் கூடிய வாய்ப்பு உள்ளவன்; சிறுவயதிலேயே ஏழ்மை காரணமாக வீட்டை விட்டு வெளியேற நேர்ந்தவன்; இதனூடாகத் தன் சிறு பிராயத்தை, கல்வி வாய்ப்பை எல்லாம் தொலைத்தவன்; தன் வயதுப் பிள்ளைகளுடன் பள்ளி செல்ல வேண்டிய வயதில் தன் வயதுக்கு மீறியவர்களுடன் வாழ நேர்ந்தவன். இவை அவனை மரண தண்டனையிலிருந்து விலக்கி வைக்கக் கூடிய தணிக்கும் காரணிகளாகச் செயல்படும். தண்டனையின் நோக்கம் பழிவாங்கலோ (revenge), ஈடு செய்தலோ (retribution) அல்ல. குற்றத்தை உணர்ந்து திருந்தி வாழவைத்தலே அதன் முதன்மையான நோக்கம் என்பதை நாம் மறந்துவிடலாகாது.

இந்தப் பதின்மூவருக்கும் தவறாக மரணதண்டனை அளித்தது எப்படி?

பச்சன்சிங் வழக்கில் உச்ச நீதிமன்ற அரசியல் சட்ட அமர்வு ஒன்று இத்தகைய அடிப்படை நெறி ஒன்றை உருவாக்கிப் பதினான்கு ஆண்டுகளுக்குப் பின் வேறொரு வழக்கில் இந் நெறிமுறை மீறப்பட்டது. ராவ்ஜி என்கிற ராம்சந்திரா என்னும் வழக்கில் (2 SCC 175 /1996) இரு நீதிபதிகளைக் கொண்ட உச்ச நீதிமன்ற அமர்வு ஒன்று, "குற்ற விசாரணை ஒன்றில் பொருத்தமான தண்டனை அளிப்பதற்குக் கவனத்தில் கொள்ள வேண்டியது அக் குற்றத்தின் தன்மை, அளவு ஆகியவைதானே தவிர குற்றவாளியின் சூழல், தன்மை அல்ல" என பச்சன் சிங் வழக்கில் உருவான அடிப்படை நெறிமுறைக்கு மாறான நெறி ஒன்றை வரையறுத்தது.

ராவ்ஜி வழக்கில் உருவாக்கப்பட்ட இந்நெறிவரையின் அடிப்படையில் குறைந்தபட்சம் ஆறு வழக்குகளில் குற்றத்தின் தன்மையை மட்டுமே கணக்கில் எடுத்துக் கொண்டு, பச்சன்சிங்

நெறிவரையில் கூறப்பட்ட குற்றவாளியின் சூழல், தன்மை ஆகியன கணக்கில் எடுத்துக்கொள்ளப்படாமல் ஏழு பேருக்கு மரண தண்டனை வழங்கப்பட்டுள்ள உண்மையை உச்ச நீதிமன்றம் பதின்மூன்றாண்டுகளுக்குப் பின் சந்தோஷ் குமார் பாரியார் என்னும் வழக்கில் (2009) கண்டுபிடித்தது. "அரிதினும் அரிதான வழக்குகளில் மட்டுமே மரண தண்டனை வழங்கப்பட வேண்டும்" என்கிற நிபந்தனை, "ஆயுள்தண்டனைதான் விதி, மரண தண்டனை ஒரு விதிவிலக்குதான்" என்பதை நிறுவியுள்ளது. விதிவிலக்குகளை மிக அரிதாகவே பயன்படுத்த வேண்டும் என்பது ஒரு நிறுவப்பட்ட சட்ட நடைமுறை. எனவே அரிதினும் அரிதான வழக்கு என்னும் நிபந்தனை நீதிமன்றத்தின் மீது ஒரு அசாதாரணமான சுமையை ஏற்றுகிறது. தனது விருப்பாக அது மரணதண்டனையைத் தேர்வு செய்தால், அரிதினும் அரிது என்னும் நிபந்தனையில் பொதிந்துள்ள விதிவிலக்குகளைத் திருப்தி செய்ய அது முற்றிலும் புறவயமாக உண்மைகளை மதிப்பிட வேண்டும்" எனக் கூறிய உச்ச நீதிமன்றத்தின் பாரியார் அமர்வு, ராவ்ஜி வழக்கைப் பின்பற்றிக் கடந்த ஒன்பதாண்டுகளில் குறந்தபட்சம் ஆறு வழக்குகளில் தவறுதலாகத் (*per incurium*) தீர்ப்பளிக்கப்பட்டுள்ளது எனத் திட்டவட்டமாக அறிவித்தது. இந்த ஆறு வழக்குகளில் ஏழு பேர் இப்படித் தவறுதலாக மரணதண்டனை விதிக்கப்பட்டனர்.

சந்தோஷ் குமார் பாரியார் பணத்திற்காக ஒரு சிறுவனைக் கடத்திச் சென்று கொன்றான். எத்தகைய கொடூரமான குற்றமானாலும் குற்றவாளியின் சூழலைக் கணக்கில் கொள்ள வேண்டும் எனக் கூறிய உச்ச நீதிமன்றம் அவனது மரண தண்டனையை ஆயுள் தண்டனையாகக் குறைத்து ஆணையிட்டது. பாரியாரின் சூழலிலிருந்த தண்டனைகளைக் குறைக்கும் காரணிகள், அவனது வழக்கை அரிதினும் அரிது அல்ல என முடிவு செய்யப் போதுமானது என நீதிமன்றம் கருத்துத் தெரிவித்தது. குற்றவாளி ஒரு பின்தங்கிய சமூகப் பொருளாதாரப் பின்னணியிலிருந்து வந்தவன் என்கிற உண்மை குற்றத்தின் தன்மையை நீர்க்கச் செய்யாது என்ற போதிலும், அந்தப் பின்னணியை ஒரு தணிக்கும் சூழலாகக் (*mitigating circumstance)* கொள்ளலாம் எனவும், அவன் திருந்துவதற்கு உள்ள வாய்ப்பு கணக்கில் கொள்ளப்பட வேண்டும் எனவும் நீதிமன்றம் கூறியது. திருந்தி மறுவாழ்வு வாழ பாரியாருக்கு சாத்தியமே இல்லை என வழக்குத் தொடுத்திருப்போர் *(prosecution)* நிறுவுதல் என்பது அவருக்கு மரண தண்டனை வழங்குவதற்கு முன்நிபந்தனையாக உள்ளது என பச்சன்சிங்கை மேற்கோள்காட்டி நீதிமன்றம் இறுதியுரைத்தது.

பாரியார் வழக்கு விசாரணையில் இருந்தபோதே, தீர்ப்பு வருவதற்குச் சற்று முன்னதாக அங்குஷ் மாருதி ஷிண்டே என்னும் வழக்கில் *(6 SCC 667 /2009)* ஆறு பேர்களுக்கு வழங்கப்பட்ட மரண தண்டனையும் பச்சன்சிங் நெறிவரைக்கு எதிரானது என்கிற வகையில் இதையும் சேர்த்து மொத்தம் *(7+6=13)* பதின்மூன்று பேர்களது மரண தண்டனைகள், அவை தவறாக வழங்கப்பட்டவை என்கிற அடிப்படையில் குறைக்கப்பட வேண்டும் எனப் பதினான்கு நீதிபதிகள் கையொப்பமிட்ட மனு குடியரசுத் தலைவரிடம் அளிக்கப்பட்ட பின்னணி இதுவே. நீதியரசர் கே.டி.தாமசின் கருத்தையும் கணக்கிலெடுத்துக் கொண்டால் அவரது அமர்வால் தவறாக மரண தண்டனை விதிக்கப்பட்ட பேரறிவாளன், முருகன், சாந்தன், நளினி ஆகியோரையும் சேர்த்துக் குறைந்தபட்சம் பதினேழு பேர்களுக்கு உச்ச நீதிமன்றம் கடந்த ஆண்டுகளில் தவறாக மரண தண்டனைகளை வழங்கியுள்ளது எனலாம். ஒப்புதல் வாக்குமூலத்தின் அடியாகப் பெறப்பட்ட எண்ணிக்கை இது. ஒப்புக்கொள்ளப்படாத தவறுகளையும் சேர்த்துக் கொண்டால் இந்த எண்ணிக்கை இன்னும் பெரிய அளவில் அதிகமாகலாம்.

நல்லவேளையாக இவர்களின் தண்டனைகள் இதுவரை நிறைவேற்றப்படாததால் இன்று அவர்கள் தூக்குக் கயிற்றில் இருந்து தப்பிக்கும் வாய்ப்பு ஏற்பட்டுள்ளது. திருப்பிச் சரிசெய்ய இயலாத இத் தண்டனைகள் ஒருவேளை நிறைவேற்றப்பட்டிருந்தால் என்ன ஆகியிருக்கும்?

குறிப்பு 1. மனுவில் கையொப்பமிட்ட 14 நீதியரசர்கள்: பி.பி. சாவந்த், ஏ.பி.ஷா, பிலால் நஸ்கி, பி.கே.மிஸ்ரா, ஹோஸ்பெட் சுரேஷ், பனசந்த் ஜெயின், பிரபா ஸ்ரீதேவன், சிவசுப்பிரமணியம், பி.சி.ஜெயின், எஸ்.என்.பார்கவா, பி.ஜி.கோல்சே படேல், ரன்விர் சஹாய் வர்மா, பி.ஏ.கான், பி.எச்.மார்லபள்ளி.

(இதுவும் இதர முக்கிய தகவல்களும் வி.வெங்கடேசனின் கட்டுரை மற்றும் நீதியரசர் ஏ.கே.கங்கூலி அவர்களின் பேட்டி ஆகியவற்றிலிருந்து எடுக்கப்பட்டன (Frontline, Sept 7, 2012).

குறிப்பு 2 பாரியார் அமர்வு 'சைபண்ணா எதிர் கர்நாடக அரசு' (2005) என்கிற இன்னொரு வழக்கையும் சுட்டிக் காட்டியது. ஏற்கனவே ஆயுள் தண்டனை அனுபவித்து வந்த சைபண்ணா பரோலில் சென்று தன் மனைவியையும் மகளையும் கொலை செய்கிறார். ஆயுள் தண்டனை அனுபவிப்பவர் கொலை செய்தால் அவருக்குக் கட்டாயமாக மரண தண்டனை அளிக்க வேண்டும் என்கிற விதிப்படி (இ.த.ச 303) உச்ச நீதிமன்றம் அவருக்கு மரண தண்டனை விதித்தது.

ஆனால், முன்னதாக 'மிது எதிர் பஞ்சாப் அரசு' (1983) என்னும் வழக்கில் உச்ச நீதிமன்றம் இ.த.ச 303 பிரிவை ரத்து செய்திருந்தது. ஏனெனில் முன் குறிப்பிட்ட 1973 ஆம் ஆண்டு குற்ற நடைமுறைச் சட்டத்தின்படி குற்றவாளியிடம் தண்டனை குறித்து நீதிமன்றம் கேட்க வேண்டும்; ஏன் மரண தண்டனை தேர்வு செய்யப்படுகிறது என்பதற்குச் சிறப்புக் காரணங்கள் சொல்ல வேண்டும். பச்சன்சிங் வழக்கினூடாக உருவாக்கப்பட்ட நெறிவரையின்படி அரிதினும் அரிதான வழக்கு என நிறுவ வேண்டும். ஆயுள் தண்டனையில் உள்ளவர்களுக்கு இப்படியான சூழலில் மரண தண்டனை கட்டாயம் என்றால் இப்படி அவரிடம் தண்டனை குறித்துக் கேட்பது, மரண தண்டனை வழங்குவதற்குச் சிறப்புக் காரணங்கள் சொல்வது, அரிதினும் அரிது என நிறுவுவது முதலியன தேவையற்றதாகிவிடுகின்றன. இந்த முரணின் அடிப்படையில் 303வது பிரிவு ரத்து செய்யப்பட்டது.

சைபண்ணா வழக்கில் அவருக்கு ஆயுள் தண்டனை வழங்கினால் ஒரே நேரத்தில் ஒருவர் எவ்வாறு இரு ஆயுள் தண்டனைகளை அனுபவிக்க இயலும் என்கிற கேள்வியிலிருந்து தப்பித்துக்கொள்வதற்காக நீதிமன்றம் 303வது பிரிவின்படி அவருக்கு மரணதண்டனை அளித்தது. பாரியார் வழக்கில் இதைக் கவனத்தில் எடுத்துக்கொண்ட நீதிமன்றம் சைபண்ணா வழக்கில் தான் அளித்த மரண தண்டனை, மிது மற்றும் பச்சன்சிங் தீர்ப்புகளுக்கு முரணாக உள்ளதால் தவறு என ஏற்றுக்கொண்டது.

எனினும் சைபண்ணாவின் கருணை மனுவை பிரணாப் முகர்ஜி நிராகரித்தார். மீண்டும் ஒரு முறை உள்துறை அமைச்சகம் நிராகரிக்க வேண்டும் எனப் பரிந்துரைத்ததன் அடிப்படையில் அவர் இதை மேற்கொண்டார். உச்ச நீதிமன்றம் இதைத் தவறு எனச் சொன்னால் என்ன, 14 முன்னாள் நீதியரசர்கள் கருணை அளிக்க வேண்டும் எனக் கேட்டுக்கொண்டால் என்ன, தான் ஒரு 'இரும்பு அரசு' எனக் காட்டிக் கொள்கிறது இந்திய அரசு. பிரதீபா படலைப் போலன்றி அரசுக்குத் தாளம் போட்டார் பிரணாப்.

5

'அரிதினும் அரிது' முறையாகத் தீர்மானிக்கப்படுகிறதா?

குற்ற விசாரணை மற்றும் நீதி வழங்கு நிறுவனங்கள் குற்றம் சுமத்தப்பட்டவர்கள் மற்றும் தண்டிக்கப்பட்டவர்கள் மீது காட்டும் வெறுப்பு அலட்சியம் முதலியன, அவர்கள் இழைத்த அல்லது இழைத்ததாகக் கருதப்படுகிற குற்றங்களின் மீது அவர்கள் கொண்டுள்ள வெறுப்பு அல்லது ஆத்திரம் ஆகியவற்றின் அடிப்படையில் உருவானது என்பதைக் காட்டிலும் குற்றத்தைச் செய்தவர்கள் மீது அவர்கள் கொண்டுள்ள வெறுப்பின் அடிப்படையில்தான் உருவாகிறது என்னும் பொருளில் மறைந்த மனித உரிமைப் போராளி டாக்டர் கே.பாலகோபால் அவர்கள் தனது கட்டுரை ஒன்றில் குறிப்பிடுவார். தண்டனை வழங்கப்பட்டவர்கள், குறிப்பாக மரணதண்டனை வழங்கப்பட்டவர்கள், பொதுவில் குற்றவாளிக் கூண்டில் நிறுத்தப்படுகிறவர்களில் பெரும்பாலோர் அடித்தள சாதி, வர்க்கம் மற்றும் சிறுபான்மை மதங்களைச் சேர்ந்தவர்களாக இருப்பதும், விசாரணை செய்பவர்கள் மற்றும் நீதி வழங்குபவர்கள் பெரும்பான்மையும் இதற்கு நேர் மாறாக இருப்பதும் இப்படி ஆவதற்கான முக்கிய காரணங்கள்.

தண்டிக்கப்பட்டுச் சிறைகளில் வதியும் கைதிகள், கைதிகளுக்கான

பிரிட்டிஷ் காலச் சட்டங்கள் வழங்குகிற அடிப்படை உரிமைகள் மற்றும் குறைந்தபட்ச வசதிகளும் கூட அளிக்கப்படாமல் மிகக் கேவலமாகவும் கொடுமையாகவும் நடத்தப்படுவதற்கும் இப்படியான கருத்துகள் பரவலாக சமூகத்தில் உள்ளமையே காரணம். தமிழகத்தில் பல சிறைச்சாலைகளில் கைதிகள் சாதிவாரியாகப் பிரித்து அடைக்கப்படுவதாகவும், அவர்களைக் கண்காணிப்பதற்கு மாற்று சாதிகளைச் சேர்ந்த காவலர்கள் ஒதுக்கப்படுவதாகவும் சமீபத்தில் செய்திகள் வந்ததை அறிவோம். இவர்களுக்கு நீதிமன்றம் கொடுத்துள்ள தண்டனைகள் போதாது, இன்னும் கடுமையாக நடத்தப்படவேண்டும் என்கிற மனநிலை பொதுவாகச் சமூகத்தின் எல்லா மட்டங்களிலும் நிலவுகிறது. ஊடகங்களும் அதைப் பிரதிபலிக்கின்றன. அஃப்சல் குரு மரண தண்டனை நிறைவேற்றப் பிரச்சினையில் 'தினமணி', 'தினமலர்', 'தினத்தந்தி', 'இண்டியன் எக்ஸ்பிரஸ்' உள்ளிட்ட பெரும்பான்மையான நாளிதழ்கள் (தி இந்து தவிர) குறைந்த பட்ச ஊடக அறமுமின்றி வெறுப்பைக் கக்கியது இதற்கொரு சான்று.

தீர்ப்பு வழங்கும் நிலையில் அமர்ந்துள்ளவர்களில் பலர், அந்தப் பொறுப்பிற்கு உகந்த வகையில் விசாலமான மனநிலை கொண்டிருப்பதில்லை. விரிந்த படிப்பு மற்றும் தொடர்ந்த பயிற்சியினூடாகவும் விசாலித்த இதயத்தினூடாகவும் உருவாகியுள்ள அகவயக் கண்ணோட்டங்களின் தாக்கங்களிலிருந்து விடுபடுவதில்லை. புகழ்பெற்ற வழக்குரைஞரும் எழுத்தாளருமான ஏ.ஜி.நூரானி ஒருமுறை சொன்னதுபோல 'குற்றவாளிக் கூண்டில் நிறுத்தப்பட்டவருக்கு நீதி கிடைப்பதற்கு வேறெல்லாவற்றையும் விட அன்று தீர்ப்பை எழுதும் வாய்ப்புப் பெற்று அந்த நாற்காலியில் அமர நேர்ந்த நீதிபதியின் நல்ல மனதைத் தவிர வேறு உத்தரவாதமில்லை'.

இந்திய நீதிமன்றங்களால் மரண தண்டனை வழங்கப்பட்ட வர்களின் வழக்குகளை எல்லாம் ஆராய்ந்தால் ஒரே மாதிரியான குற்றத்தைச் செய்த, அல்லது ஒரே குற்றத்தில் ஒரே அளவு பங்குபெற்ற இரண்டு அல்லது மூன்று குற்றவாளிகளுக்கு (அல்லது குற்றம் சுமத்தப்பட்டவர்களுக்கு)

எப்படி வெவ்வேறு நீதிமன்ற அமர்வுகள் வெவ்வேறு தீர்ப்புகளை எழுதியுள்ளன என்பதை அறியலாம். எப்படி ஒருவர் தூக்கில் தொங்குவதற்கும், ஒருவர் தண்டனைக் குறைப்பிற்கும், ஒருவர் விடுதலையாகி வீட்டுக்குச் செல்லவும் நேர்ந்தது என்பதை அறிந்து அதிர்ச்சி அடையலாம். ஒருவர் தூக்கில் தொங்க நேர்வது என்பது 'திடீரெனத் தலையில் இடி விழுவது போல ஒரு எதிர்பாராத கொடூரம்' என அமெரிக்க நீதியரசர் பாட்டர் ஸ்டூவர்ட் ஒருமுறை கூறியதைச் சுட்டிக் காட்டுவார் மும்பை வழக்குரைஞரும் இதுகுறித்து விரிவாக ஆய்வு செய்பவருமான யூக் மொஹித் சவுத்ரி. நான்கு பேர் வீதியில் மழையில் நனைந்து கொண்டு செல்லும்போது திடீரென ஒருவர் தலையில் இடி விழுந்து அவர் மட்டும் மரணமடைய நேர்வது போலத்தான் மரண தண்டனைகளும் உலகெங்கிலும் விதிக்கப்பட்டு விடுகின்றன. அதை எதிர்பார்க்கவும் முடியாது, தடுத்துக் கொள்ளவும் முடியாது. அதனால்தான் மரண தண்டனை விதிப்பை ஒரு 'திருவுளச் சீட்டுக் குலுக்கலுடன்' (lethal lottery) ஒப்பிடுவார்கள்.

புரியவில்லையா? மொஹித் சவுத்ரி சொல்லும் சில எடுத்துக்காட்டுகளைப் பார்ப்போம். முதலில் ஹர்பன்ஸ் சிங் வழக்கு (1982). ஒரே குடும்பத்தைச் சேர்ந்த நான்கு பேரைக் கொன்ற வழக்கில், இந்தக் குற்றச் செயலில் சம அளவில் பங்கு பெற்ற ஜீடாசிங், கஷ்மீரா சிங், ஹர்பன்ஸ் சிங் என்கிற மூவரது மரண தண்டனையை அலகாபாத் உயர் நீதிமன்றம் சென்ற அக்டோபர் 1975ல் உறுதி செய்தது. மூவரும் தனித்தனியாக உச்ச நீதிமன்றத்தில் மேல்முறையீடு செய்தனர். (i) ஜீடாசிங்கின் மேல்முறையீட்டை ஒய்.வி.சந்திரசூட், வி.ஆர்.கிருஷ்ணய்யர், என்.எல்.உன்ட்வாலியா ஆகிய மூன்று நீதிபதிகள் அடங்கிய அமர்வு தள்ளுபடி செய்தது. ஜீடாசிங் தூக்கிலிடப்பட்டார். (ii) கஷ்மீராசிங்கின் மரண தண்டனையை எம் ஃபசல் அலி மற்றும் பி.என்.பகவதி என்னும் இரு நீதிபதிகளைக் கொண்ட அமர்வு ஆயுள் தண்டனையாகக் குறைத்தது. (iii) ஹர்பன்ஸ் சிங்கின் மேல்முறையீடு மற்றொரு உச்ச நீதிமன்ற அமர்வால் தள்ளுபடி செய்யப்பட்டு அவரும் ஜீடாசிங்குடன் தூக்குமேடை ஏற இருந்த தருணத்தில் அவர் மறு முறையீடு செய்தார்.

இம்முறை அவரது தண்டனை நிறைவேற்றத்தை நிறுத்தி வைத்த உச்ச நீதிமன்றம் குடியரசுத் தலைவரது மன்னிப்பிற்குப் பரிந்துரைத்தது. அவ்வாறே மன்னிப்பும் வழங்கப்பட்டது.

அதேபோல தர்மேந்திரசிங் (2002) என்பவரும் ஹேராஜ் ராம் (2003) என்பவரும் தங்களின் மனைவியரின் நடத்தைகளில் சந்தேகம் கொண்டு அவர்களையும், பிறந்த குழந்தைகளையும் கொன்றனர். இந்த இரு தனித்தனி வழக்குகளில் முன்னவருக்கு மரண தண்டனையும் பின்னவருக்கு ஆயுள் தண்டனையும் அளிக்கப்பட்டது. மூன்று குழந்தைகளை பலி கொடுத்து ஏதோ ஒரு பூசை செய்த தாமு (2000) என்பவருக்கு மரண தண்டனையை ஆயுளாகக் குறைத்த உச்ச நீதிமன்றம் ஒரு குழந்தையை பலி கொடுத்த சுஷில் மூர்முவுக்கு (2004) மரண தண்டனையை உறுதி செய்தது. தாமுவை மரண தண்டனையிலிருந்து விடுவித்தபோது சொன்ன காரணம், "அறியாமை மற்றும் மூடநம்பிக்கையின் விளைவாக இப்படிச் செய்து விட்டார்" என்பது. இதே காரணம், அளவில் இதைவிடக் குறைந்த குற்றம் செய்த மூர்முவுக்கும் பொருந்தும்தானே. ஆனால் இருவருக்கும் வெவ்வேறு தீர்ப்பு.

பச்சன்சிங் வழக்கில் "மரண தண்டனைகள் தன்னிச்சையாகவும் மனம்போன போக்கிலும்" (arbitrarily and freakishly) அளிக்கப்படுவதாக நீதியரசர் பகவதி குறிப்பிட்டதற்குச் சான்றாக இப்படியான பல தீர்ப்புகளை நாம் சுட்டிக் காட்ட முடியும். சந்தோஷ்குமார் பாரியார் வழக்கில் உச்ச நீதிமன்றம் "அரிதினும் அரிது" என்பதைக் கண்டறிவதற்கு சீரான அணுகல் நெறி எதையும் இதுவரை உருவாக்கவில்லை என்பதை ஏற்றுக் கொண்டது நினைவிற்குரியது.

மொஹிட் சவுத்ரி மூன்று நீதிபதிகள் பங்கு பெற்ற உச்ச நீதிமன்ற அமர்வுகள் பல எவ்வாறு மரண தண்டனைகளைக் கையாண்டன எனச் செய்துள்ள ஒப்பாய்வு மிக முக்கியமான மூன்று. நீதிபதி அர்ஜித் பசாயத் பங்குபெற்ற அமர்வுகளின் முன் வந்த 12 மரண தண்டனைகள் உறுதிசெய்யப்பட்டன. இருவரது ஆயுள் தண்டனைகள் மரண தண்டனையாக உயர்த்தப்பட்டன. கீழ் நீதிமன்றங்களில் விடுவிக்கப்பட்ட இருவருக்கு மரண

தண்டனை வழங்கப்பட்டது. ஆக நீதிபதி பசாயத் முன் வந்த 22 வழக்குகளில் 16 பேருக்கு மரண தண்டனை வழங்கப்பட்டது. மரண தண்டனை விதிக்கப்பட்ட யாரையும் அவர் விடுதலை செய்யவும் இல்லை. அதுமட்டுமல்ல, ஐந்து வழக்குகளில் அவர் வழங்கிய 11 மரண தண்டனைகள் தற்போது "அறியாமை மற்றும் தவறுதலாக" (per incurium) வழங்கப்பட்டுள்ளதாக உச்ச நீதிமன்றத்தால் கண்டறியப்பட்டுள்ளது.

நீதியரசர் எஸ்.பி.சின்ஹா அவர்களின் முன் 17 வழக்குகள் வந்தன. அவர் ஒரு வழக்கில் கூட மரண தண்டனையை உறுதி செய்யவில்லை. யாருடைய ஆயுள் தண்டனையையும் மரண தண்டனையாக உயர்த்தவில்லை. விடுவிக்கப்பட்ட யாருக்கும் மரண தண்டனை வழங்கவுமில்லை. கீழ் நீதிமன்றங்களில் மரண தண்டனை வழங்கப்பட்ட மூவரை அவர் விடுதலை செய்தார்.

நீதிபதி கே.ஜி.பாலகிருஷ்ணனின் முன் வந்த 13 வழக்குகளில் 6 பேருக்கு மரண தண்டனை உறுதி செய்யப்பட்டது. அவரும் ஆயுள் தண்டனை எதையும் மரண தண்டனையாக்கவோ, விடுதலை செய்யப்பட்டவருக்கு மரண தண்டனை வழங்கவோ இல்லை. மரண தண்டனை வழங்கப்பட்ட ஒருவரை அவர் விடுதலை செய்தார்.

ஆக, நீதிபதி பசாயத் வழங்கிய மரண தண்டனை வீதம் 73 சதம். நீதிபதி பாலகிருஷ்ணன் 46 சதம். நீதிபதி சின்ஹாவின் மரண தண்டனை வீதம் சுழி. உச்ச நீதிமன்றம் உறுதி செய்யும் மரண தண்டனைகளின் சராசரி வீதம் 19 சதம் என்பதை இவர்களின் வீதங்களுடன் ஒப்பிட்டுப் பார்க்கும்போதுதான் இவர்கள் ஒவ்வொருவரின் அகநிலை உருவாக்கத்தையும் புரிந்து கொள்ள முடியும்.

உச்ச நீதிமன்றத்தில் 14 அமர்வுகள் (benches) உள்ளன. இதில் எந்த அமர்வுக்குத் தன் முறையீடு அனுப்பப்படும் எனத் தீர்மானிக்கும் உரிமை தனது மரண தண்டனை குறித்து மேல்முறையீடு செய்ய வந்தவருக்குக் கிடையாது. ஒருவேளை அது நீதியரசர் சின்ஹாவின் அமர்வு முன் வந்தால் அவரது

மரண தண்டனை குறைக்கப்படுவதற்கான வாய்ப்பு நீதிபதி பசாயத்துடன் ஒப்பிடும்போது, கிட்டத்தட்ட நூறு சதமாக இருக்கும். நீதிபதி பாலகிருஷ்ணன் முன் வழக்கு வந்தால் அது சுமார் 50சதமாக இருக்கும். உச்ச நீதிமன்றச் சராசரியுடன் ஒப்பிடும்போது நீதிபதி பசாயத்தின் முன் ஒருவரது மேல் முறையீடு வராமல் வேறு எந்த ஒரு அமர்வின் முன்னாவது விசாரணைக்கு வரக்கூடிய அதிர்ஷ்டம் வாய்க்குமேயானால் அவர் மரண தண்டனையிலிருந்து தப்புவதற்கு நான்கு மடங்கு வாய்ப்பு அதிகமாகிறது. நீதிபதி பசாயத் முன் ஒருவரது முறையீடு வருமேயானால் இந்தப் பிறவியில் குற்றம் மட்டுமல்ல முற்பிறவியிலும் ஏதோ பாவம் செய்திருக்க வேண்டும் என அவர் சமாதானம் செய்து கொள்ள வேண்டியதுதான். வேறென்ன சொல்ல முடியும்?

புறநிலை எதார்த்தங்கள், முந்தைய வரைநெறிகள், சான்றுகள் எல்லாவற்றையும் காட்டிலும் தீர்ப்பை எழுதும் நீதிபதிகளின் அகநிலைக் கண்ணோட்டங்கள், மனநிலை ஆகியவற்றைச் சார்ந்தே மரண தண்டனைக் கைதிகளின் விதி உள்ளது. சுவாமி சிரத்தானந்தா வழக்கிலும் பச்சன்சிங் வழக்கிலும் உச்ச நீதிமன்றமும் இதை ஏற்றுக்கொண்டுள்ளது. ஒருவேளை மரணதண்டன அளிப்பது தொடர்பான அனைத்து விதிகள் நெறிகள் ஆகியவற்றை ஒரு கணினியில் உள்ளீடு செய்து தீர்ப்பை எழுதும் பொறுப்பை அதனிடம் கையளித்தால் இன்றுள்ளதைவிட நீதியான தீர்ப்புகளைப் பெறமுடியும் போல. இயந்திரங்களைக் காட்டிலும் மனித மனங்கள், அதிலும் நீதி வழங்கும் மனங்கள் இப்படி இறுகிப்போகிற கொடுமையை என்ன சொல்வது?

ஒரே மாதிரியான சூழலில் குற்றங்களுக்குக் காரணமான, அல்லது ஒரே குற்றத்தில் சம அளவு பங்குபெற்ற வெவ்வேறு குற்றவாளிகளுக்கு வெவ்வேறு விதமாகத் தண்டனை வழங்குவது குடிமக்களுக்குச் சமப் பாதுகாப்பை வழங்கும் அரசியல் சட்டத்தின் 14வது பிரிவிற்கும், குடிமக்களின் உயிருக்கு உத்தரவாதமளிக்கும் 21வது பிரிவிற்கும் எதிரானது என்பதை அரசியல் சட்டத்தின் காவலர்களான நமது உச்ச நீதிமன்றமும் குடியரசுத் தலைவரும் கண்டுகொள்வதில்லை.

தன்னிச்சையாகவும், அகவயமான நிலைப் பாடுகளாலும் மனம்போன போக்கில் (arbitrary) மரண தண்டனைகள் வழங்கப்படுகின்றன என்பதைத் தவிர டாக்டர் பாலகோபால் சொன்னது போல, சமூகப் பொருளாதார ஏற்றத்தாழ்வுகளின் அடிப்படையிலும் (discriminatory) மரண தண்டனைகள் வழங்கப்படுகின்றன. உச்ச நீதிமன்றம் இதையும் ஏற்றுக்கொண்டுள்ளது. ராஜேந்திர பிரசாத் வழக்கில் (1979) நீதியரசர் கிருஷ்ணய்யர், மரண தண்டனை விதிப்பதில் வர்க்க மற்றும் நிற வேறுபாடுகளும் கூட (class and colour bias) ஒரு பங்கு வகிக்கின்றன போலும் என்றார். நிறம் என்பது நமது சூழலில் சாதியை அர்த்தப்படுத்துவதாகவே கொள்ள வேண்டும். பச்சன்சிங் வழக்கில் இதை மீண்டும் ஒலித்த நீதியரசர் பகவதி, "ஏழைகளும் அடித்தள மக்களுமே (poor and downtrodden) இந்தக் கொடுந்தண்டனைக்கு அதிகம் பலியாகின்றனர்" என்று கூறி மரண தண்டனை விதிப்புகளில் சமூக ஏற்றத்தாழ்வுகளின் பங்கைச் சுட்டிக் காட்டினார்.

மரண தண்டனை விதிக்கப்படுபவர்கள் பெரும்பாலும் ஏழைகளாக உள்ளதைச் சுட்டிக்காட்டும் மொஹித் சவுத்ரி, "ஜனவரி 1, 2000 முதல் டிசம்பர் 31, 2009 வரை கடந்த ஒன்பது ஆண்டுகளில் 30 வழக்குகளில் உச்ச நீதிமன்றம் மரண தண்டனைகளை வழங்கியுள்ளது. இவர்களில் 14 பேருக்கு இலவசச் சட்ட உதவிகளின் மூலமே வழக்குகள் நடத்தப்பட்டன. கீழ் நீதிமன்றங்களில் மேலும் பலரது வழக்குகள் இலவசச் சட்ட உதவிகளின் மூலமே நடத்தப்பட்டன." என்கிறார். இந்தப் 14 பேரில் 12 பேருக்கு வழங்கப்பட்ட மரண தண்டனைகள் தவறானவை என உச்ச நீதிமன்றம் தற்போது ஏற்றுக் கொண்டுள்ளது. இந்தப் பன்னிரண்டு பேரில் ராவ்ஜி என்பவர் ஏற்கனவே தூக்கிலிடப்பட்டுவிட்டார். இவரது வழக்கும் இலவசச் சட்ட உதவியின் மூலமே நடத்தப்பட்டது. இலவசச் சட்ட உதவியில், அமர்த்தப்படும் வழக்குரைஞர்களுக்குப் போதிய ஊதியம் வழங்குவதில்லை. பெரும்பாலும் இளைஞர்கள், போதிய அனுபவம் இல்லாதவர்களே இலவசச் சட்ட உதவி பெறுபவர்களுக்கு வழக்குரைஞர்களாக நியமிக்கப் படுகின்றனர். இவர்களில் பலர் அக்கறையோடு வழக்கை

நடத்துவதில்லை என்பதோடு, சில நேரங்களில் அவர்களே தமது கட்சிக்காரர்களை வெறுப்போடு அணுகுவதும் உண்டு, அஃப்சல் குருவுக்கு நியமிக்கப்பட்ட வழக்குரைஞர்கள் இப்படி அவரிடம் வெறுப்புடன் நடந்துகொண்டது குறித்து நான் வேறொரு கட்டுரையில் குறிப்பிட்டுள்ளேன். அஜ்மல் கசாப் வழக்கு சர்வதேச கவனம் பெற்றதால் அவருக்குத் தகுதியான வழக்குரைஞர்கள் நியமிக்கப்பட்டு, அவர்களும் பொறுப்புடன் செயல்பட்டனர். எனினும் அவர்களின் முக்கிய வேண்டுகோள்கள் பலவற்றையும் நீதிமன்றங்கள் நிராகரித்தன. உலகெங்கிலும் இப்படிப்பட்ட நிலைதான். அமெரிக்க உச்ச நீதிமன்ற நீதிபதி ரூத் கின்ஸ்பெர்க், "மரணதண்டனை உறுதி செய்யப்படுவதற்காக உச்ச நீதிமன்றத்திற்கு வரும் வழக்குகள் எதிலும் குற்றம் சாட்டப்பட்டவர்கள் சார்பாக விசாரணை நீதிமன்றங்களில் முறையாக வழக்கு நடத்தப்பட்டதில்லை எனத் தெரிகிறது" என்று கூறியது குறிப்பிடத்தக்கது.

இங்கு மரண தண்டனையை நீக்க முடியாது என 35வது சட்ட ஆணையம் உறுதிபடக் கூறியதற்கு ஆதாரமாக இந்தியாவின் விரிந்த பரப்பு, பலதரப்பட்ட மக்கள், அவர்களுக்கிடையேயான கல்வி முதலான அம்சங்களில் உள்ள வேறுபாடுகள் ஆகியவற்றைச் சுட்டிக் காட்டியது, இந்தக் கருத்துரையின் அடிப்படையிலேயே உச்ச நீதிமன்றமும் ஜக்மோகன்சிங் (1973), பச்சன்சிங் (1982), சசி நாயர் (1992)ஆகிய வழக்குகளில் மரண தண்டனையைச் சட்டத்திலிருந்து நீக்க முடியாது எனக் கூறியது. ஆனால், எந்தக் காரணங்களுக்காக மரண தண்டனையை நீக்க இயலாது என்று சட்ட ஆணையம் சொன்னதோ, அந்தக் காரணங்களுக்காகவே மரண தண்டனை ஒழிக்கப்பட வேண்டியதாக இருக்கிறது என்பதுதான் மேலே உள்ள அனுபவங்கள் உணர்த்தும் உண்மை.

6

குற்றம், சமூகம், சட்டம், தண்டனை மரண தண்டனை

*காந்*தியிடமிருந்து தொடங்குவதுதான் பொருத்தமாக இருக்கும். மரண தண்டனை பற்றிக் கேட்டபோது அவர் இப்படிச் சொன்னார்: "வன்முறையில் ஈடுபட்டவர்களைக் கூட தண்டனை என்ற பெயரில் சிறையில் அடைப்பதை நான் விரும்பவில்லை. கொள்ளைக்காரர்களும் ஏன் கொலையாளிகளும் கூட தண்டிக்கப்படுவதை என் அகிம்சை அணுகல்முறை ஏற்கவில்லை. மரண தண்டனை என்பதை எந்த வகையிலும் என் மனசாட்சி ஏற்கவில்லை."

சுருங்கச் சொல்வதானால் மரண தண்டனை என்ன, எந்தத் தண்டனையுமே கூடாது என்பதுதான் தண்டனை குறித்த காந்தியின் கருத்தாக இருந்தது எனலாம். யாரையும் தண்டிப்பதற்கான தகுதி நமக்கு, அதாவது நமது சமூகத்திற்கு இல்லை என அவர் கருதுவதாகத் தெரிகிறது.

காந்தியின் பல கொள்கைகள் இன்றைய நடைமுறைக்கு ஒவ்வாதவை. தண்டனைகளே கூடாது என்றால் எப்படி?

அதனால்தான் அவரது கொள்கைகளை இன்று யாருமே பொருட்படுத்துவது இல்லை. அவர் உயிருடன் இருந்தபோது அவர் கட்சிக்காரர்களே அவரது பேச்சைக் கேட்டதில்லை. அவர் இறந்த பின் அவரது 'வாரிசு'களாகக் கருதப்பட்டவர்கள் புதிய இந்தியாவை நிர்மாணிப்பதில் உதாசீனப்படுத்தியது முதலில் அவரது கொள்கைகளைத்தான். நாம் உட்பட யார் அந்த இடத்தில் இருந்திருந்தாலும் அப்படித்தான் செய்திருப்போம்.

ஏன்? - இன்றைய சமூக நடைமுறைகளுக்கு அவை பொருந்தாது என்பதுதான்.

ஆனால் இந்தப் பிரச்சினையை இப்படி உடனடி நடைமுறை சார்ந்து பார்க்காமல் தர்க்கபூர்வமாகப் பார்த்தால் என்ன ஆகும்? "இன்றைய நடைமுறைக்கு ஒன்று பொருந்தாது" என்கிற கருத்தை எடுத்துக் கொள்வோம். அப்படியானால் "இன்றைய நடைமுறையை"ச் சரி என ஏற்றுக் கொள்கிறோமா? நமது நோக்கம் இன்றைய நடைமுறைகளை, இன்றைய சமூக அமைப்பை அப்படியே ஏற்றுக்கொள்வதுதானா? நிச்சயமாக இல்லை. இன்றைய நடைமுறைகளும் அமைப்பும் மாற்றப்பட வேண்டியவை என்கிறபோது, இன்றைய நடைமுறைக்கும் அமைப்பிற்கும் பொருந்தாது என்பதற்காக ஏதொன்றையும் கைவிடுவது என்பது எப்படிச் சரியாக இருக்கும்?

இந்த எளிதில் விடை கூற இயலாத கேள்வியை நாம் அடிக்கடி எதிர்கொள்ள வேண்டியிருக்கிறது. நடைமுறையில் இருப்பவர்கள் இப்படியான பிரச்சினைகளை எதிர்கொண்டுதான் ஆகவேண்டும்.

குற்றம், சட்டம், தண்டனை ஆகியவற்றிலும் நாம் இத்தகைய பிரச்சினைகளை எதிர்கொள்ள வேண்டியுள்ளது. சட்டங்கள் இல்லாவிட்டால் சமூக ஒழுங்கு சிதையும். வலுவானவர்களிடமிருந்து எளியவர்களைக் காக்க சட்டங்கள் தேவை என்பதுதான் சட்ட ஒழுங்கு நிறுவனங்கள் முன்வைக்கும் நியாயம். ஆனால் சமூக மாற்றம் என்கிற நோக்கில் இயங்குபவர்கள் இதை ஏற்க மாட்டார்கள்.

சட்டங்களின் நோக்கம் என அவர்கள் நேரெதிரான ஒரு கருத்தை முன்வைப்பார்கள். அவர்களின் கருத்துப்படி சட்டங்கள் என்பன எளியவர்களிடமிருந்து வலியவர்களைக் காப்பாற்றுவதற்காக, அவர்களாலேயே உருவாக்கப்பட்டவை. உண்மைதான். சொத்துரிமை என்கிற சட்டத்தை எடுத்துக் கொள்வோமே. ஏராளமான நிலங்களையும், மூலதனத்தையும் வைத்துக்கொண்டு சுரண்டிக் கொழுப்பவர்களைச் சுரண்டப் படுகிறவர்களிடமிருந்து பாதுகாப்பதுதான் சொத்துரிமை குறித்த சட்டங்களின் நோக்கம். இது ஒரு மேலோட்டமான எளிய எடுத்துக்காட்டுதான். ஆனால் ஆழமாக ஒவ்வொன்றையும் யோசித்துப் பார்த்தால் வலியோர்களிடமிருந்து எளியோர்களை அல்ல எளியோர்களிடமிருந்து வலியோர்களுக்குப் பாதுகாப்பு அளிப்பதற்காகவே சட்ட ஒழுங்கு நிறுவனங்கள் செயல்படுவது விளங்கும்,

சரி, சட்டங்களே வேண்டாம் என ஒதுக்கினால் என்ன ஆகும்? அது எளியவர்களை இன்னும் பாதுகாப்பற்ற நிலைக்குத் தள்ளாதா? நூறு ஏக்கர் நிலமுள்ள ஒருவன் அருகிலுள்ள இரண்டு ஏக்கர் நிலமுடைய ஒருவனது நிலத்தை ஆக்கிரமித்துக் கொள்வதையும், ஒரு கார்பொரேட் நிறுவனம் தனது தேவைகளுக்காக விவசாயிகளின் நிலங்களை எடுத்துக் கொள்வதையும் சொத்துரிமை என்கிற சட்டம் இல்லாத சூழல் எளிதாக்கிவிடாதா? இன்னொரு எடுத்துக்காட்டு இந்த நிலையை மேலும் எளிதாகப் புரிந்துகொள்ள உதவும். வன்கொடுமைத் தடுப்புச் சட்டம் என்பது தலித் மக்களை அதிகாரத்திலும் எண்ணிக்கையிலும் பெரும்பான்மையாக உள்ள ஆதிக்க சாதியினரிடமிருந்து தலித் மற்றும் பழங்குடியினரைப் பாதுகாக்க நமக்குத் தேவையாக இருக்கிறது. இதை வேண்டாம் எனச் சொல்லிவிட இயலுமா?

இதுபோன்ற சிலவற்றைச் சுட்டிக்காட்டித்தான் சட்டங்கள் எல்லாமே எளியவர்களை வலியவர்களிடமிருந்து பாதுகாப்பதற்காகவே உள்ளன என்கிற கருத்து மிக எளிதாகப் பொதுப்புத்தியில் பதிக்கப்படுகின்றது. இந்த

இடத்தில் நாம் என்ன பார்வையைக் கொண்டிருக்க முடியும்? எவ்வளவுதான் சட்டங்கள் ஊறுமிக்கவையாக இருந்தபோதிலும், வலியவர்களைப் பாதுகாப்பதே அவற்றின் நோக்கமாக இருந்தபோதும், சட்டங்கள் இல்லாத நிலை எளியவர்களைப் பொறுத்தமட்டில் இன்னும் மோசமானதாக இருக்குமே என்கிற கேள்விக்கு நம்மிடம் பதில் இல்லை.. காந்தி எடுத்துக்காட்டையே யோசித்துப் பாருங்கள். அவருடைய விசுவாசமான சீடரும் தன்னளவில் ஒரு சிந்தனையாளராகவும், ஜனநாயகவாதியாகவும் இருந்த ஜவஹர்லால் நேரு, காந்தியத்தை எல்லாம் செயல்படுத்த முடியவில்லையே. காந்தியும் உயிருடன் இருந்தவரை காந்தியப் பொருளாதாரத்தை எல்லாம் அவர் தன்னளவில் மட்டும்தானே செயல்படுத்த முடிந்தது. காந்தியப் பொருளியல் நிபுணர் குமரப்பா அவர்கள் இருமுறை சுதந்திர அரசில் பதவி விலகத்தானே நேந்தது.

எனவே சட்டங்களை நாம் ஏற்றுக்கொள்ளும் அதே நேரத்தில், அவற்றின் சமூக உள்ளடக்கங்கள் மற்றும் அவற்றின் அடிப்படையிலான சட்ட நடைமுறைகள் ஆகியவை குறித்த கடும் விமர்சனச் செயற்பாடுகளை நாம் எந்நாளும் கைவிட்டுவிட முடியாது. மக்களை ஒடுக்கும் சட்டங்களை, தொழிலாளர்களைப் பாதிக்கும் சட்டங்களை எல்லாம் நாம் எதிர்த்துக்கொண்டே இருக்க வேண்டும். ஆம். அரசுகள் எதுவாயினும் அவற்றை நாம் ஐயத்துடன் கண்காணித்துக்கொண்டிருத்தல் தவிர்க்க இயலாத ஒன்றாகிறது. கண்காணிப்பது மட்டுமல்ல எதிர்த்துப் போராடாமலும் இருக்க முடியாது. காந்தியையே எடுத்துக் கொள்ளுங்கள் அவர் உயிருடன் இருந்திருக்கும்போது ஒரு நள்ளிரவில் பாமர் மசூதிக்குள் நுழைந்து அங்கே இந்துக் கடவுளர் சிலைகளை வைத்திருக்க முடியுமா? அப்படியே வைக்கப்பட்டிருந்தாலும் அகற்றப்படாமல் இருந்திருக்குமா?

ஒரு சமூக அமைப்பிற்குள் ஒரு சட்டம் வன்மையாகச் செயல்பட வேண்டுமானால் அது அச்சமூகம் முழுமைக்கும் பொதுவானதாக இருக்க வேண்டும். ஆனால் சட்டங்கள், குற்ற வரையறைகள் என்பன பல்வேறு வேறுபாடுகள் நிறைந்த ஒரு

சமூக முழுமைக்கும் ஒன்றேபோல இருக்க இயலாது என்பதை நாம் முதலில் கோட்பாட்டளவில் புரிந்துகொள்ள வேண்டும்.

ஒரு சமூகப் பிரிவினரது அற மதிப்பீட்டில் குற்றமாகக் கருதப்படுவது இன்னொரு சமூகப் பிரிவினரில் அனுமதிக்கப்பட்ட ஒன்றாக இருக்கலாம். எனினும் ஒரே சீரான சட்டத்தொகுதியும் நமக்குத் தேவைப்படுகிறது. எனவே அப்படியான அம்சங்களில் தனித்தனி சட்டத் தொகுதிகளும் தேவைப்படுகின்றன. எனவே இந்தச் சீரான சட்டத் தொகுதி எல்லோருக்கும் நியாயம் செய்வது இல்லை, அப்படி இல்லாதவரைக்கும் அது குறைபாடுடைய சட்டத் தொகுப்புதான் என்கிற புரிதலும் குற்ற உணர்ச்சியும் சட்டத்தைக் கையாள்பவர்களுக்கு இருக்க வேண்டும். ஆனால் ரொம்பவும் சிந்திக்கிற, நீதி வழங்கு அனுபவமிக்க மனங்களிடமும் கூட அந்தப் புரிதல் இருக்காது என்பதுதான் பிரச்சினை. இச்சூழலில் நமது பணி அத்தகைய குற்ற உணர்வைத் திரும்பத் திரும்பச் சமூகத்தின் முன் வைத்துக்கொண்டே இருப்பதுதான்.

சட்டம் உருவாக்கும் தடைகளும் தண்டனைகளும் மட்டுமல்ல, அது வழங்கும் தடையற்ற உரிமைகளும் கூட ஒரு ஏற்றத்தாழ்வான சமூகங்களில் வலியவர்களால் எளியவர்களுக்கு எதிராகப் பயன்படுத்தப்படும் வாய்ப்பு உள்ளது என்பதையும் நாம் மறந்துவிட இயலாது. பேச்சுரிமை, கருத்துரிமை என்பதெல்லாம்கூட இப்படி வலியவர்களால் எளியவர்களுக்கு எதிராகப் பயன்படுத்தப்படும். ஆக சட்டங்கள் எப்போதும் முழுமையற்றவை, குறைபாடுடையவை என்கிற உணர்வுடன் அவற்றைக் கையாளும்போதுதான் குற்ற விசாரணை நடைமுறையும் அது சார்ந்த நீதி மற்றும் தண்டனை வழங்கலும் மனிதாயப்படும்.

சில நேரங்களில் இது போன்ற தொடர்ச்சியான விமர்சனங்கள் விவாதங்கள், முன்னோடி முயற்சிகளின் ஊடாகவும் விளைவாகவும் சட்டங்கள் மேலும் மனிதாயப் படுதலை நோக்கி நகரும்; அதாவது திருத்தப்படும். சிலநேரங்களில்

இத்தகைய மாற்றங்கள் நீதியியல் அடிப்படையிலான கொள்கை உருவாக்கங்களுக்கு (*judicially evolved principles*) இட்டுச் செல்லும். முன்னதற்கு எடுத்துக்காட்டாக இந்தியக் குற்ற நடைமுறைச்சட்டத்தில் 1973ல் மேற்கொள்ளப்பட்ட திருத்தங்களைச் சொன்னால், இரண்டாவதற்கு எடுத்துக்காட்டாக பச்சன் சிங் வழக்குத் தீர்ப்பைச் சொல்லலாம். கொலைக் குற்றத்திற்கு மரண தண்டனை கட்டாயம் எனவும் அதற்குக் குறைவாக, அதாவது ஆயுள் தண்டனை கொடுத்தால் அதற்கான காரணங்களைச் சொல்ல வேண்டும் என்பது பிரிட்டிஷ் காலச் சட்டம். அதாவது மரண தண்டனை விதி, ஆயுள் தண்டனை விதி விலக்கு. 1973ல் இது தலைகீழாக மாற்றப்பட்டது. அதாவது ஆயுள் தண்டனை விதி, மரண தண்டனை விதி விலக்கு. எனவே மரண தண்டனை கொடுத்தால் காரணங்கள் சொல்ல வேண்டும். இந்த அடிப்படையில் பச்சன் சிங் எதிர் பஞ்சாப் அரசு என்கிற வழக்கில் இந்திய உச்ச நீதிமன்றம் "அரிதினும் அரிதான வழக்குகளில்" மட்டுமே மரண தண்டனை அளிக்கப்பட வேண்டும் எனவும், அப்படி அளிக்க நேரும்போது அதற்கான சிறப்புக் காரணங்களைச் சொல்லவேண்டும் எனவும் புதிய நீதியியல் கொள்கையை உருவாக்கியது.

எனவே 'சட்ட வழமை' (*legal order*) என்பது சமூக வளர்ச்சியினூடாக வளர்ச்சியுற்று வருகிறது. ஆனால் அது தன்னிச்சையாக வளர்ச்சி பெறுவதில்லை. "சமூக அற ஒழுங்கின்" (*normative order*) எதிரொளிப்பாகவே அது நடைபெறுகிறது. நடைமுறையில் குறைபாடுகள் இருந்தபோதும் சமூக அளவில் ஏற்றுக்கொள்ளப்பட்ட முன்மாதிரியான விழுமியங்களையே 'சமூக அற ஒழுங்கு' அல்லது 'சமூக விழுமியத் தொகுதி' என்கிறோம். சட்ட வழமைக்குப் பின்னால் இந்த சமூக அற வழமைத் தொகுதி உள்ளது. காலப்போக்கில் சமூக விழுமியங்கள் மேலுயர்கின்றன, மனிதாயமடைகின்றன, ஜனநாயகப்படுகின்றன. அதற்குத் தக சட்ட வழமையும் தன்னைத் தகவமைத்துக் கொள்ள வேண்டியதாகிறது.

ஒன்றை மனங்கொள்ளவேண்டும். இவ்வாறு சமூகத்தில்

வளர்ந்து வரும் அற ஒழுங்கு அல்லது விழுமியத் தொகுப்பு என்பது பெரும்பான்மை மக்களால் ஏற்றுக்கொள்ளப்பட்ட விழுமியங்களின் தொகுப்பு அல்ல. பெரும்பான்மையான மக்களின் நடைமுறையில் உள்ளதைக் காட்டிலும் இன்னும் ஒரு உயர் தளத்தில் அற ஒழுங்கு (*Normative Order*) உருப்பெறுகிறது. எடுத்துக்காட்டாக ஒன்று. சாதி மற்றும் தீண்டாமை வேறுபாடு என்பது சமுகத்தில் பெரும்பான்மையாக உள்ள ஒரு வழமை. இங்குள்ள ஒரு பெரும்பான்மை மதத்தால் கோட்பாட்டு ரீதியாக அங்கீகரிக்கப்பட்ட ஒன்று. ஆனால் நமது சமுக அற ஒழுங்கில் அதற்கு இடம் கிடையாது; அது ஏற்கத்தகாத ஒன்று. இந்த அடிப்படை நமது சட்ட வழமையிலும் ஏற்கப்பட்டு தீண்டாமை மற்றும் சாதி வேறுபாடு ஒரு குற்றம் ஆக்கப்பட்டுள்ளது. இப்படி நிறையச் சொல்லலாம். இந்தச் சட்ட ஒழுங்கின் வலிமையும் நியாயப்பாடும் சமுக அற ஒழுங்கின் அடிப்படையிலேயே பெறப்படுகிறது. சட்ட விதிக்கு வேறென்ன மகத்துவம் இருக்க இயலும். அச்சில் எழுதப்பட்ட சட்ட விதியை மீறினால் என்ன கேடு வந்துவிடப் போகிறது? உண்மையில் குற்றச் செயல் என்பது சட்டத்தை மீறுவதல்ல. சமுக ஒழுங்கைச் சிதைப்பதாலேயே ஒன்றைக் குற்றம் என்கிறோம். அது சமுக விழுமியத் தொகுதியில் ஒரு கிழிசலை ஏற்படுத்துகிறது.

மேலே செல்வதற்கு முன் ஒன்றைக் கவனத்தில் எடுத்துக் கொள்வது நல்லது. இந்தச் சமுக அற ஒழுங்கு என்பது சராசரியாகச் சமுகத்தில் நடைமுறையில் உள்ள மதிப்பீடுகளைக் காட்டிலும் இன்னொரு உயர்ந்த தளத்தில் இயங்கினாலும் இதுவும் கூட முழுமையானதோ குறைபாடற்றதோ அல்ல.

(1) மிக்க ஏற்றத்தாழ்வுகளும் குறைபாடுகளும் உள்ள ஒரு சமூகம்.

(2) அதனினும் மேம்பட்ட விழுமிய வளர்ச்சி பெற்றிருந்த போதிலும் குறைபாடுகள் நிறைந்த ஒரு சமுக அற ஒழுங்கு.

(3) இதனடியாக வெளிப்படுகிற ஒரு சட்ட வழமை

ஆகியவற்றினுாடே இங்கு குற்ற விசாரணை நடைமுறையும்

தண்டனை வழங்கலும் செயல்படுகின்றன.

ஆக ஒரு குற்றச்செயல் என்பது இந்த ஏற்றுக்கொள்ளப்பட்ட சமூக அற ஒழுங்கு வரையறுத்துள்ள எல்லையை மீறுவது என்பதாகிறது. இந்தக் குற்ற நடவடிக்கையின் மூலம் யாரோ ஒருவர் அல்லது சிலர் பாதிக்கப்படுவது என்பதைக் காட்டிலும் இதன்மூலம் சமூக அற ஒழுங்கில் ஏற்படும் கிழிசலே கவலைக்குரியது உடனடியாகச் சரிசெய்யப்பட வேண்டியது. எந்தக் குற்றமும் அது திருடு, வன்புணர்ச்சி அல்லது கொலை எதுவாக இருந்தாலும் அது முதலில் சமூகத்திற்கு எதிரானது; இரண்டாவதாகத்தான் அது பாதிக்கப்பட்டவருக்கு எதிரானது என்பதை உலக அளவில் இன்றைய சட்டவியலும் ஏற்றுக் கொண்டுள்ளது.

இந்தக் கருத்தில் சில குறைபாடுகள் இருக்கலாம். சமூகத்தின் பிரதிநிதி என்பதாக அறிவித்துக்கொண்டு நீதி தேடும் முகமையாக அரசு இடைபுக இது வழிவகுக்கிறது என்பது இக் குறைபாடுகளில் ஒன்று. வன்முறையே வடிவமாக உள்ள ஒரு அரசு குற்றச் செயலால் பாதிக்கப்பட்டவர்களின் அப்பாவித்தனத்தின் பின் ஒளிந்துகொண்டு மேலும் ஒரு வன்முறையை மேற்கொள்ள இது வழிவகுக்கிறது. எனினும் இது பழிக்குப் பழி, இன்னொரு கொலை என்பதாகவெல்லாம் அமையாமல் நடந்த குற்றச்செயலின் மூலம் கிழிந்த அல்லது பாதிக்கப்பட்ட சமூக அற ஒழுங்கைச் சரிசெய்தல் என்பதை நோக்கி நீதி வழங்கலின் தளத்தை விரிவுபடுத்துகிறது.

ஒரு சிவில் குற்றத்திற்கும் (எ.கா: மோசடி) கிரிமினல் குற்றத்திற்கும் நீதி வழங்கலில் ஒரு முக்கிய வேறுபாடுண்டு. சிவில் குற்றங்களில் நீதி வழங்கல் என்பது பாதிக்கப்பட்டவருக்கு ஏற்பட்ட இழப்பை ஈடு செய்வது. கிரிமினல் குற்றங்களில் நீதி வழங்கல் என்பது சமூகத்திற்கு ஏற்பட்ட ஊறைச் சரிசெய்வது. கிரிமினல் குற்றங்களில் பாதிக்கப்பட்டவருக்கு ஏற்பட்ட இழப்பை ஈடு செய்துவிடவும் முடியாது.

இந்த இடத்தில் பொது நீதிவழங்கல் (*public justice*) என்பதற்கும்

பழிவாங்கு நீதி *(retributive justice)* என்பதற்கும் உள்ள வேறுபாடு கருதத்தக்கது. பொது நீதி வழங்கலில் பழிவாங்கலுக்கு இடமில்லை. குற்றச்செயலுக்குக் குற்றம் புரிகிறவன் மட்டுமே பொறுப்பல்ல; சமூகத்திற்கும் அதில் சம அளவு அல்லது சொல்லப்போனால் கூடுதல் பொறுப்பிருக்கிறது என்பதையும், அதேபோல குற்றச்செயலின் பாதிப்பு என்பது அதனால் பாதிக்கப்பட்டவனுக்கு மட்டுமின்றி சமூகத்திற்கே அதிக பாதிப்பு நிகழ்ந்துள்ளது என்பதையும் பொது நீதிவழங்கல் ஏற்றுக் கொள்கிறது. எனவே அது குற்றச்செயலுக்குத் தனிமனிதனை மட்டும் பொறுப்பாக்குவதில்லை. எனவே அது அந்தத் தனி மனிதனுக்குத் தண்டனை வழங்குவதை மட்டுமே நீதி வழங்கலாக நினைப்பதில்லை. பொது நீதி அமைப்பு என்பது சமூகத்தின் பிரதிநிதியாக நின்று சமூகத்தின் அற ஒழுங்கில் ஏற்பட்டுள்ள ஊறைச் சரிசெய்வதில் முனைப்புக் காட்டுகிறது. தான் பிரதிநிதித்துவப்படுத்தும் சமூகம் முழுமையானதல்ல. அது குறைபாடுகள் நிறைந்தது என்பதை உணர்ந்து செயல்படுகிறது. தனது பக்கம் குறைபாட்டை வைத்துக்கொண்டு அது எவ்வாறு மரண தண்டனை போன்ற ஒரு கொடுந்தண்டனையை வழங்க இயலும்?

நீதி வழங்கு முறையின் குறைபாடு அல்லது போதாமை *(im-perfection)* என்பதை மரண தண்டனை எதிர்ப்பாளர்கள் தமது முக்கிய வாதங்களில் ஒன்றாக முன்வைப்பார்கள். எந்த நீதி வழங்கு முறையும் தவறுதலுக்கு அப்பாற்பட்டவை அல்ல, சட்டங்களுக்கு விளக்கமளிப்பது, தவறான சாட்சியங்களை ஏற்றுக்கொள்வது, தனிமனித விருப்பு வெறுப்புகளின் அடியாகச் செயல்படுவது ஆகியவற்றின் அடிப்படையில் தவறுதலாக மரண தண்டனை வழங்கப்பட்ட நிகழ்வுகளை இந்திய அனுபவங்களின் அடிப்படையிலும், உலக அளவு எடுத்துக்காட்டுகளின் மூலமும் நிறையச் சொல்ல இயலும். நாமும் சிலவற்றை முந்திய கட்டுரைகளில் பார்த்தோம். இந்த அடிப்படையில் திருப்பித் திருத்த இயலாத மரண தண்டனையை ஒருவருக்கு அளிப்பது என்ன நியாயம்? நாம் இங்கே பேசிக்கொண்டிருக்கும் சமூக

அற ஒழுங்குக் குறைபாடு என்பது இதிலிருந்து முற்றிலும் வேறானது என்பதை விளக்கத் தேவையில்லை.

வாய்ப்பு மறுக்கப்படுதல், மனித கண்ணியம் இழிவுக்குள்ளாதல், நீதி, சுதந்திரம் முதலியன பொருளற்றுப்போதல் என ஒரு சமூக மனிதன் அச் சமூகத்திலிருந்தும் அதன் அற ஒழுங்கிலிருந்தும் அந்நியப்பட்டுப்போவதற்குப் பல காரணிகள் உண்டு. ஆல்பர்ட் காமு சொல்வதுபோல எல்லா மனிதர்களும் அடிப்படையில் சமூக ஒழுங்குகளை மீறக்கூடியவர்களாகவே உள்ளனர் என்பதை நாம் ஏற்றுக்கொள்ளாவிட்டாலும், அவர் *positive law* எனச் சொல்லும் கருத்தாக்கத்தை நாம் பரிசீலிக்க வேண்டும். காமுவைப் பொறுத்தமட்டில் சமூக அற ஒழுங்கிற்குப் பொறுப்பாக ஒரு குடிமகனை வைத்திருக்கும் பொறுப்பு சமூகத்திற்கு இருக்கிறது. மனிதன் ஒரு 'சமூக மிருகம்' *(social animal)* என்னும் ஸ்பினோசாவின் கருத்துக்கு இது எதிரானது. சமூகத்துடன் ஒத்திசைந்து வாழ்தலே நல்லது என மனிதனின் பகுத்தறிவு அவனுக்குச் சொல்கிறது. எனவே அவன் சமூகச் சட்டங்களுக்குக் கட்டுப்பட்டவன் ஆகிறான் என்பது ஸ்பினோசாவின் கருத்தினடியாக வந்தடையும் முடிவு. காமுவின் கருத்துப்படி மனிதன் சமூக மிருகமல்ல. சமூக விதிகளை மீறுவதே அவனது இயல்பு. எனவே அவ்வாறு மீறாமல் வைத்திருக்கும் பொறுப்பு சமூகத்திற்கு உள்ளது. சமூகம் தன்னைக் குறைபாடற்றதாகவும் நீதியாகவும் அமைத்துக் கொள்ளாதபோது அவன் அதன் விதிகளிலிருந்தும் அதன் அற ஒழுங்கிலிருந்தும் பிறழ்வானேயானால் தவறு யார் பக்கம் இருக்கிறது? மனிதர் மீது பகுத்தறிவு ஒரு கட்டுப்பாட்டைச் செலுத்துகிறது என்றே கொண்டாலும் சமூக அநீதிகள் அந்தக் கட்டுப்பாடுகளை வலுவிழக்கச் செய்யக் கூடியவையாக உள்ளன.

ஆக,

(1) சமூக அற ஒழுங்கில் உள்ள குறைபாடு,

(2) சமூக அற ஒழுங்கிற்கும் எதார்த்தமாக உள்ள சமூக நிலைகளுக்கும் உள்ள முரண்பாடு,

(3) குற்றவாளியின் குறை

எனப் பல காரணிகள் குற்றச் செயலுக்குக் காரணமாகின்றன.

சில ஆண்டுகளுக்கு முன் டெல்லியில் ஒரு பெண்ணின் மீது மேற்கொண்ட பாலியல் வன்முறையை எடுத்துக் கொள்வோம். ஐந்து ஆண்கள், ஒரு சிறுவன் உட்பட, ஒரு பெண்ணுடல் மீது செலுத்திய வன்கொடுமை அது. அதில் ஒரு சிறுவனின் பங்கு ரொம்பக் கொடூரமாக இருந்தது என்கிறார்கள். ஒரு சிறுவனுடைய உள்ளத்தில் இத்தனை கொடூரம் குடிபுகுந்தது எங்ஙனம்? அந்தச் சிறுவன் சிறுவயதிலேயே வீட்டை விட்டு ஓடி வந்து நகரத்தில் வாழ நேரிட்டவன். அதன் மூலம் அவன் தனது சிறு பிராயத்தையும், குழந்தைமையையும், கல்வியையும் இழந்தவன். பள்ளி சென்று சக குழந்தைகளோடு வளர வேண்டிய சூழலில் பெருநகரமொன்றில் அவனது வயதுக்கு மீறியவர்களோடு தனது சிறார் பருவத்தைக் கழிக்க நேர்ந்தவன். இத்தகையவன் இப்படி ஆனதன் பொறுப்பை அவன் தலை மீதே சுமத்துவது எப்படிச் சரியாகும்?

ஆனால், அதுதான் இப்போது நடக்கிறது. எப்படியும் அவனைத் தூக்கில் தொங்கவிட்டே ஆக வேண்டும் என்கிற திசையில் இன்று அரசு நகர்கிறது. 18 வயதுக்குட்பட்ட சிறார்களுக்கு மரண தண்டனை கூடாது என்கிற சட்ட விதியையும் மாற்றி அவனுக்கு மரண தண்டனை வழங்க வேண்டும் எனும் கருத்து ஒரு சிலரால் முன்வைக்கப்பட்டது நினைவிருக்கலாம். இதன்மூலம் சமூக அற ஒழுங்கையும் அது வளர்ந்து வந்த திசையில் இருந்து பின்னோக்கி நகர்த்த முயற்சிக்கிறது.

டெல்லி பாலியல் கொடுமையில் இன்னும் பல்வேறு அம்சங்களையும் நாம் கவனத்தில் கொள்ள வேண்டும். ஒரு பெண் இப்படித் தன் காதலனோடு முன்னிரவு வரை சுற்றித் திரியலாமா என்கிற ஆணாதிக்க மதிப்பீடுகள் இதில் ஒரு பங்கு வகிக்கிறது. இன்றைய சூழலில் ஒரு பெண் தன்னை ஒரு ஆளுமை மிக்க சமூக உயிரியாக முன்நிறுத்திக் கொள்வதைக் கண்ட மரபு வழிப்பட்ட ஆண் மனது துணுக்குறுவதிலிருந்து,

சமூக ரீதியாக இன்று பெருநகரங்கள் பிளவுற்றுக் கிடக்கும் சூழல் உட்பட டெல்லி வன்முறையின் காரணிகள் பல உண்டு. அதில் ஒரு காரணி மட்டுமே குற்றவாளிகளில் குவிந்திருந்ததாகக் கருதப்படும் வக்கிரம். சமூகம் தன்னிடம் இத்தனை குறைபாடுகளை வைத்துக்கொண்டு கொடுந்தண்டனை ஒன்றை எப்படிக் குற்றவாளிகளுக்குத் தர இயலும்?

சமூகம் குறைபாடுடையதாக இருக்கும் வரை அதில் கொடுந் தண்டனைக்கு இடமில்லை.

7

மரணதண்டனை கொடுங்குற்றங்களுக்கு எதிரான அச்சுறுத்தும் கருவி என்பது சரிதானா?

மரண தண்டனையை நீதிமன்றங்களும் பிற நிறுவனங்களும் நியாயப்படுத்தும்போது முக்கியமாக இரண்டு அம்சங்களை முன்வைப்பதைக் காணலாம். ஒன்று, சமூகத்தின் அறச் சீற்றத்தைத் தணிக்க வேண்டி இந்தத் தணடனை அளிக்க வேண்டியதாயிற்று என்பது. மற்றது இப்படியான கொடுங்குற்றங்கள் சமூகத்தில் நிகழாமல் தடுப்பதற்கு ஒரு அச்சுறுத்தும் கருவியாக மரண தண்டனை தேவையாக இருக்கிறது என்பது.

இரண்டுமே குற்றச் செயல்களுக்குக் குற்றம் புரிந்த தனிமனிதனை மட்டுமே பொறுப்பாக்கி, சமூகத்தின் பொறுப்பைக் காட்சியிலிருந்து மறைக்கின்றன. ஊன்றிக் கவனித்தால் குற்றங்களுக்கு நீதி வழங்கல் என்பதைப் பழிவாங்கும் வாய்ப்பாக அணுகும் நோக்கிலேயே இப்படிச் சொல்லப்படுகிறது என்பதை உணரலாம். ராஜீவ் கொலையாக இருக்கட்டும், பாராளுமன்றத் தாக்குதலாக இருக்கட்டும் நிறைய அப்பாவிகளும் பாதுகாப்புப் படை வீரர்களும் கொல்லப்பட்ட கொடும் நிகழ்வுகள் அவை

என்பதை யாரும் மறுக்க இயலாது. எதிர்காலத்தில் எந்த நியாயம் அல்லது அரசியலின் அடிப்படையிலும் இவ்வாறு அப்பாவிகள் கொல்லப்படுவதை நாம் ஏற்க இயலாது.

ஆனால் இந்த இரு நிகழ்வுகளிலுமே மரண தண்டனை வழங்கப்பட்டவர்கள் நேரடியாகக் குற்றத்தில் பங்குபெற்றவர்கள் அல்ல. குற்றச் செயலில் தெரிந்தோ தெரியாமலோ ஏதோ ஒருவகையில் சிறு உதவிகள் புரிந்தவர்கள்தாம் இவர்கள். நேரடியாகப் பங்குபெற்றவர்கள் ஒன்று கொல்லப்பட்டனர் அல்லது தற்கொலை செய்து கொண்டனர் அல்லது இன்னும் பிடிபடவில்லை. ஒருவேளை இவர்கள் எல்லோருமோ சிலரோ பிடிபட்டிருந்தால் நிச்சயம் அவர்களுக்குத்தான் மரண தண்டனை வழங்கப்பட்டிருக்கும். இப்போது மரண தண்டனை வழங்கப்பட்டவர்கள் அப்போது விடுதலை செய்யப்பட்டிருப்பார்கள் அல்லது குறைந்த தண்டனை அளிக்கப்பட்டிருப்பார்கள். ஆக குற்றத்தின் நேரடிப் பங்கேற்பாளர்கள் கிடைக்காததற்காக இப்படிக் கிடைத்தவர்களைப் 'பதிலி'யாகத் தூக்குக் கொட்டடிக்கு அனுப்புவது எப்படி அற அடிப்படையிலோ சட்ட அடிப்படையிலோ நியாயமாகும்?

அரசும் நீதிமன்றங்களும் இப்படிப் 'பதிலி' மரண தண்டனைகளை நிறைவேற்றுவது என்பது பழிவாங்கலன்றி வேறென்ன? ஒரு முன்னாள் பிரதமரைக் கொன்றுவிட்டு அல்லது நாடாளுமன்றத்தைத் தாக்கிவிட்டுச் சென்றவர்கள் பதிலுக்குக் கொல்லப்படாமல் தப்புவது என்பதை ஒரு இறையாண்மை மிக்க அரசும் அதன் நீதி வழங்கும் நிறுவனமும் எப்படி அனுமதிக்க இயலும் என்பதுதான் இன்று இந்த இரு சம்பவங்களிலும் நேரடியாகத் தொடர்பில்லாத சிலர் தூக்கிலிடப்பட வேண்டும் என்கிற குரல்களின் ஊடாக முன்வைக்கப்படும் நியாயம். குற்றத்தில் நேரடியாகப் பங்கேற்றவர்கள் கொல்லப்பட்ட போதும் சட்டத்தின் அடிப்படையைக் காட்டியும், உரிய சடங்குகளை நிகழ்த்தியும் நாங்கள் பதிலுக்கு ஒருவரையேனும் கொன்றாக வேண்டும் என்பதுதானே இந்த மரண தண்டனை ஆதரவுக் கோரிக்கைகளின் நியாயம்.

'பழிவாங்கல்' (revenge) அல்லது 'பதிலுக்குப் பதில்' (retribution) என்பது போன்ற பண்பாட்டு வளர்ச்சி பெறாத காலத்து மொழியில் இன்றைய ஜனநாயகக் குடியரசு பேசலாகாது என்பதனாலேயே 'அச்சுறுத்தல்" (deterrance), 'அறச் சீற்றம்' (moral outrage) முதலான மொழிகளில் தஞ்சம் புகுகின்றனர். இதன்மூலம் தனிநபர் பழிவாங்கலுக்கும் (private vengeance) பொது நீதிக்கும் (public justice) இடையிலான வேறுபாட்டை அழிக்கின்றனர். தனிநபர் பழிவாங்கல் என்பது குற்றத்திற்குக் குற்றவாளியை மட்டுமே பொறுப்பாக்கிச் சமூகப் பொறுப்பைத் தட்டிக் கழிக்கும். அது வழங்கும் 'நீதி' என்பது குற்றச் செயலால் பாதிக்கப்பட்டவர் (victim)) அல்லது அவரது சந்ததியினருக்கு மட்டுமே 'நீதி' வழங்கும். ஆனால் பொது நீதி என்பதோ பாதிக்கப்பட்டவர், குற்றமிழைத்தவர் என குற்றச்செயலின் இருமுனைகளில் உள்ளவர்களுக்குமே நீதி வழங்கும். ஆம், இந்தக் குறைபாடுகள் நிரம்பிய சமூகத்தின் உறுப்பினராகவும் விளைபொருளாகவும் உள்ள குற்றவாளி தண்டனை வழங்கப்பட வேண்டியவராக மட்டுமின்றி நீதி வழங்கப்பட வேண்டியவராகவும் உள்ளார்.

எதார்த்தத்தில் 'அச்சுறுத்தல்'

மரண தண்டனை என்பது எதார்த்தத்தில் ஒரு அச்சுறுத்தலாக இல்லை என்பதற்கு உலக அளவிலிருந்தும் இந்திய எடுத்துக்காட்டுகளிலிருந்தும் ஏராளமான ஆதாரங்களை மரண தண்டனை எதிர்ப்பாளர்கள் முன்வைக்கின்றனர். முன்னாளைய திருவாங்கூர் கொச்சின் சமஸ்தானத்தை அடிப்படையாகக் கொண்டு புகழ்பெற்ற வழக்குரைஞர் மோகன் குமாரமங்கலம் செய்துள்ள ஓர் ஆய்வை பச்சன் சிங் வழக்கில் நீதியரசர் பகவதி எடுத்துக்காட்டுவார். இங்கு 1945க்கும் 1950க்கும் இடைப்பட்ட காலத்தில் மரண தண்டனை வழங்குதல் தடுக்கப்பட்டிருந்தது. இந்த ஐந்தாண்டு காலத்தில் இப்பகுதியில் 962 கொலைக் குற்றங்கள் நிகழ்ந்தன. அடுத்த ஐந்தாண்டுகள் (1951 – 1956) இந்தத் தடை நீக்கப்பட்டு கொலைக் குற்றங்களுக்கு மீண்டும் மரண தண்டனைகள் வழங்கப்பட்டன. இப்போது கொலைக்

குற்றங்களின் எண்ணிக்கை 967 ஆக அதிகரித்திருந்ததே தவிர குறையவில்லை.

யுக் மொஹித் சவுத்ரி *(Yug Mohit Chaudhry, Uneven Balance, Frontline, 07, Sept, 2012)* முன்வைக்கும் இன்னொரு ஆய்வைக் காணலாம். பச்சன்சிங் தீர்ப்பு இந்திய மரண தண்டனை வரலாற்றில் ஒரு எல்லைக் கல் என்பதை அறிவோம். 'அரிதினும் அரிது' என்கிற நிபந்தனையின் அடிப்படையில் மரண தண்டனை வழங்கல்களும், நிறைவேற்றங்களும் வரலாறு காணாத வகையில் குறைந்தன. கொலை வழக்கு என்றாலே மரண தண்டனை என்கிற நிலை மாறியது.

பச்சன் சிங் தீர்ப்பிற்கு முன்னதாக, 1974 - 1978 காலகட்டத்தில், இந்தியாவில் 85,000 கொலைகள் நடந்தன. 25 பேர் தூக்கில் இடப்பட்டனர். அதாவது இலட்சம் கொலைகளுக்கு 34 தூக்குகள் நிறைவேற்றப்பட்டன. 1980க்குப் பின் 10,11,703 கொலைகளுக்காக 83 பேர் தூக்கிலிடப்பட்டனர். அதாவது, இலட்சம் கொலைகளுக்கு 8.2 பேர் (0.0082 சதம்) என்பதாகத் தூக்கிலிடப்படுபவர்களின் எண்ணிக்கை குறைந்தது, பிந்திய காலங்களில் இன்னும் அதிகப் பேருக்குக் கருணை அளிக்கப்பட்டது. 1995 க்குப் பின் தூக்கிலிடப்படுபவர்களின் வீதம் 0.0042 சதமாகவும், 1999 க்குப் பின் இது 0.0002 சதமாகவும் மேலும் குறைந்தது. 2005க்குப் பின் நடைபெற்ற 2,30,293 கொலைகளில் ஒருவருக்கும் மரணதண்டனை நிறைவேற்றப்படவில்லை. அதாவது நிறைவேற்று வீதம் சுழி (தனஞ்சய் சட்டர்ஜி, அஜ்மல், அஃப்சல் ஆகியோரின் தண்டனை நிறைவேற்றங்களுக்கு முன்னதான தரவு). இந்தத் தரவுகள் கிட்டத்தட்ட முற்றிலும் சரியானவை. பிற குற்றங்களைப் போல கொலைக் குற்றங்கள் அவ்வளவு எளிதாக மறைக்க இயலாதவை. குற்றங்கள் தொடர்பான இந்திய அளவிலான வருடாந்திரக் கணக்கெடுப்புகள் இவற்றைத் துல்லியமாகப் பதிவு செய்கின்றன.

ஆக, பச்சன் சிங் தீர்ப்பிற்குப் பின் மரண தண்டனை

நிறைவேற்றல் மிகப் பெரிய அளவில் குறைந்துள்ளது. கொலைகளின் எண்ணிக்கையைக் குறைக்கும் அச்சுறுத்தலாக மரண தண்டனைகள் இருக்கும் என நம்புகிறவர்களின் வாதப்படி இந்நிலை கொலைக் குற்றங்கள் பெரிய அளவில் அதிகரிப்பதற்கு இட்டுச் சென்றிருக்க வேண்டும்.

ஆனால் உண்மை வேறுவிதமாக உள்ளது. மக்கள் தொகைக்கும் கொலைகளின் எண்ணிக்கைக்கும் உள்ள வீதம் குறித்த வருடாந்திரத் தரவுகள் வேறுவகையான முடிவுக்கு நம்மை இட்டுச் செல்கின்றன. 1952ல் ஒரு இலட்சம் மக்கள் தொகைக்கு 2.81 கொலைகள் நடந்தன. படிப்படியாக 1959ல் இது 3 ஆக அதிகரித்தது. 1978 வரை இது 2.5 க்கும் 3க்கும் இடையில் ஏற்ற இறக்கங்களுடன் இருந்தது. அடுத்து படிப்படியாக இது அதிகரித்து கொலை வீதம் 1992ல் 4.6 ஐ எட்டியது. 1992 லிருந்து இது தொடர்ந்து குறையத் தொடங்கி 2007ல் 2.8 ஆகக் குறைந்தது. அதற்குப் பின் 2012 வரை இது அதே அளவில் தொடர்கிறது.

மரண தண்டனையை நீக்கினால் கொலைக்குற்றங்கள் அதிகரிக்கும் என்கிற கருத்தை இந்தத் தரவுகள் தவிடுபொடியாக்குகின்றன. இப்படிக் கொலைகளின் வீதம் குறைந்ததற்குச் சமூகப் பொருளாதார வளர்ச்சிகள் காரணமாக இருக்கலாம் எனச் சொல்லவும் வழியில்லை. இந்தியாவைப் பொறுத்தமட்டில் இந்த இடைக் காலத்தில் அப்படி ஒன்றும் சமூக வளர்ச்சிக் குறியெண்கள் மாறிவிடவில்லை. தனிநபர் வருமான வளர்ச்சி, கல்வி வளர்ச்சி, குழந்தை பிறப்பு இறப்பு வீதங்கள், மனித வளர்ச்சிக் குறியெண் ஆகிய சமூக வளர்ச்சிக் காரணிகள் எல்லாவற்றுடனும் ஒப்பிட்டு இவற்றுக்கும் கொலை வீதங்கள் குறைவதற்கும் எந்தப் பொருத்தமும் இல்லை என்பதை மொஹித் சவுத்ரி நிறுவி உள்ளார். இந்த வளர்ச்சி எண்கள் எல்லாம் அதிகரித்த போதும் கொலை வீதம் குறைந்தே உள்ளது.

ஒரே ஒரு சமூக வளர்ச்சிக் குறியெண் மட்டுமே இந்த வகையில் நம் கவனத்தை ஈர்க்கிறது. ஆண் பெண் பாலியல் வீதம், அதாவது 1000 ஆண்களின் எண்ணிக்கைக்கு எத்தனை பெண்கள்

உள்ளனர் என்பது ஒரு முக்கியமான சமூக வளர்ச்சி எண். பெண்களின் எண்ணிக்கை ஆண்களின் எண்ணிக்கைக்கு எந்த அளவிற்குச் சமமாக உள்ளதோ அந்த அளவிற்குச் சமூகம் வளர்ச்சியுற்றிருப்பதாகப் பொருள். இந்த ஆண் பெண் வீதம் அதிகரிக்கும்போது, அதாவது பெண்களின் எண்ணிக்கை ஆண்களுக்குச் சமமாக உயர உயரச் சமூகத்தில் கொலைகளின் வீதம் குறைகிறது. இது வரவேற்கத்தக்கதும் மகிழ்ச்சியளிக்கக் கூடியதும் தான்.

எந்த வகையிலும் மரண தண்டனை வீதத்திற்கும் கொலை வீதத்திற்கும் தொடர்பில்லை, மரண தண்டனை வீதம் குறைவதனால் கொலைக்குற்றங்கள் பெருகுவதற்கான சான்றுகள் இல்லை என்பதே இந்தத் தரவுகளிலிருந்து நாம் வந்தடையும் முடிவு.

தண்டனைகள் என்பன, குறிப்பாக மரண தண்டனை என்பது, பொதுவில் குற்றச் செயல்களுக்கு எதிரான ஒரு அச்சுறுத்தல் என்பது அற அடிப்படையில் சரியாகுமா?

அச்சுறுத்தல் என்கிற அடிப்படையில் தண்டனையை விளக்குவோர் மூன்று காரணங்களைச் சொல்வார்கள். அவை (1) தண்டனை கிடைக்கும் என்கிற அச்சம் மக்களைக் குற்றச் செயல்களிலிருந்து தடுக்கும் (2) தண்டனை கிடைக்கும் என்கிற அச்சம் ஒரு குற்றவாளியை மீண்டும் குற்றம் புரிவதிலிருந்து தடுக்கும். (3) ஒரு குற்றவாளிக்குக் கொடுக்கப்படும் தண்டனை மற்றவர்களைக் குற்றச் செயல்களிலிருந்து தடுக்கும். கடுமையான குற்றங்களுக்குக் கடுமையான தண்டனைகள் வழங்கப்பட வேண்டும் என்கிற கருத்து இந்த அடிப்படைகளில் இருந்துதான் உருவாகிறது.

இதில் முதலாவது காரணத்தை மட்டும் ஒரு குறிப்பிட்ட அளவிற்குச் சரி எனலாம். அதையும் கூட முழுமையாகச் சரி எனச் சொல்ல இயலாது என்பதைத் தொடர்ந்து நாம் பார்த்து வருகிறோம். இரண்டாவது காரணம் முற்றிலும் ஏற்புடையதல்ல. ஒரு குற்றவாளி மீண்டும் குற்றம் புரிவதைத் தண்டனை குறித்த

அச்சம் தடுக்கும் எனில் அந்த மனிதனிடம் ஏதோ ஒரு மாறாத அம்சம் இருந்து குற்றச்செயலை நோக்கித் தூண்டுகிறது எனப் பொருளாகிறது. உளவியல் ரீதியில் வக்கிரமான ஒரு மனநோயாளிக்கு வேண்டுமானால் இது பொருத்தமாக இருக்குமே ஒழிய, கொலை செய்த எல்லா மனிதர்களுக்கும் இது பொருந்தாது. அப்படியே இருந்தாலும் கூட அவனை மீண்டும் குற்றச்செயலிலிருந்து தடுப்பதற்கான வழி அவனுக்கு மீண்டும் தண்டனை கொடுப்பதல்ல. மாறாக அவனை நாம் ஏதோ ஒருவகையில் சீர்திருத்த (reform), சிகிச்சையளிக்க வேண்டும். இந்தச் சீர்திருத்தம் என்பது ஏதோ ஒருவகையில் அவனை ஓரிடத்தில் தடுத்து வைத்துத் திருத்துவது என்கிற அளவில் மட்டுமே அது தண்டனையாக இருக்க முடியும்.

தவிரவும் மீண்டும் ஒருவர் குற்றச்செயலில் ஈடுபடுவது என்பது அவரை மட்டும் பொறுத்த விஷயமல்ல. அவரை அச் செயலை நோக்கித் தள்ளுகிற அவரது சூழலும் கவனத்திற்குரிய ஒன்று. அந்த வகையில் சீர்திருத்தம் என்பது குற்றவாளியை மட்டுமல்ல குற்றச் சூழலையும் சீர்திருத்துவதாக இருக்க வேண்டும். மொத்தத்தில் எந்தத் தண்டனையும் குற்றவாளியைச் சீர்திருத்துவதை நோக்கியே அமைய வேண்டும். சீர்திருத்தலில், தடுத்து வைத்தல் போன்ற தண்டனை அம்சம் தவிர்க்க இயலாது என்ற போதிலும், அந்தத் தண்டனை அவரை உள்நோக்கிச் சிந்திக்கவும் அதனடிப்படையில் தனது குற்றச் செயலுக்காக வருந்தவும் வைப்பதை நோக்கியே இருக்க வேண்டும். அச்சுறுத்தல் என்பது இந்த வகையில் தண்டனையின் நோக்கமாக இருக்க இயலாது. அதுவும் மரண தண்டனை என்பது இதற்கு எந்த வகையிலும் பொருத்தமாக இருக்காது. ஒருவரைத் தூக்கிலேற்றித் துடிதுடிக்கக் கொல்லுவதன் மூலம் எப்படி அவரைத் தன் குற்றம் பற்றிச் சிந்திக்க வைத்துத் திருத்த இயலும்?

ஒருவருக்குக் கொடுக்கப்படும் தண்டனை மற்றவரை அச்சுறுத்தி அவரைக் குற்றச்செயலிலிருந்து தடுக்கும் என்கிற மூன்றாவது காரணியையும் முற்றிலும் ஏற்க இயலாது. சவூதி

போன்ற நாடுகளில் பொது இடத்தில் தலையச் சீவி அதை எல்லோரும் கட்டாயமாகக் காண வேண்டும் என்பது இன்றும் கடைப்பிடிக்கப்படுகிறது. இது கொடூரமானது மட்டுமல்ல; ஏற்புடையதுமல்ல. மக்கள் குற்றம் செய்துவிடக் கூடாது என்பதற்காக குடிமக்களில் ஒருவர் இப்படிக் கொடூரமான தண்டனையை அனுபவிக்க வேண்டும் என்பது என்ன நியாயம்? அவர் குற்றம் செய்தவர் என்பது மட்டுமே நியாயமாகிவிடுமா? ஒரு குற்றச் செயலுக்குக் குற்றவாளி மட்டுமின்றி அவரது சூழலும் அதில் பங்குவகிக்கிறது என்கிற நிலையில், அவரைத் தண்டிப்பது மட்டுமே தீர்வாக்கப்படும்போது, தண்டிக்கப்படும் அவர், தனது சூழலின் குற்றத்திற்கும் பொறுப்பேற்றுத் தண்டனையைச் சுமக்க வேண்டியவராகிறார். அத்தோடு மற்றவர்கள் எதிர்காலத்தில் குற்றம் செய்துவிடக் கூடாது என்கிற பொறுப்பையும் ஏற்று அவருக்காகவும் தண்டனையைச் சுமக்க வேண்டியவராகிறார்.

தண்டனை என்பது ஒருவரைத் தன் குற்றச்செயல் குறித்து உள் நோக்கிச் சிந்திக்க வைத்துத் திருத்தும் முகமாகத்தான் இருக்க முடியுமே ஒழிய, மற்றவர்களுக்கு உதாரணம் காட்டுவதற்கா ஒருவரைத் தூக்கில் தொங்கவிடவோ சிறையில் அடைக்கவோ இயலாது.

8

மரண தண்டனையும் இந்திய ஜனநாயகமும்

அஜ்மல் கசாப்பிற்கு நிறைவேற்றப்பட்ட தூக்குத் தண்டனை மற்றும் டெல்லியில் ஓடும் பேருந்தில் மாணவி கொடூரமாக பாலியல் பலாத்காரம் செய்யப்பட்டு சிகிச்சை பலனின்றி உயிரிழந்த சம்பவம் ஆகியவற்றை ஒட்டி மரண தண்டனை குறித்த விவாதம் மீண்டும் மேலெழுந்துள்ளது.

26/11 மும்பைத் தாக்குதலில் உயிருடன் பிடிபட்ட ஒரே ஒரு தீவிரவாதியான அஜ்மல் கசாப் கடந்த நவம்பர் மாதம் 21 ஆம் தேதி காலை 7.30 மணியளவில் ரகசியமாகத் தூக்கிலிடப்பட்டான். நிறைவேற்றப்பட்ட இத்தண்டனை மும்பைத் தாக்குதலில் உயிரிழந்தவர்களுக்கும் உயிர்த்தியாகம் செய்தவர்களுக்கும் அளிக்கும் உண்மையான மரியாதை என்று வர்ணிக்கப்பட்டது. இதன்மூலம் இந்தியாவில் சட்டத்தின் ஆட்சி நடப்பது உலகிற்கு நிரூபிக்கப்பட்டுள்ளதாகவும் காங்கிரஸ் தரப்புகள் மெய்சிலிர்த்தன. லாலு பிரசாத் யாதவ், ராம் விலாஸ் பாஸ்வான், தா.பாண்டியன், அண்ணா ஹசாரே, அமிதாப் பச்சன் எனப் பல்வேறு தரப்பினரும் இந்த வரிசையில்

கைகோர்த்தார்கள். தமிழ்ச் செய்தி ஊடகங்கள் பலவும் ஒரு வரலாற்றுச் சாதனையாக இதைக் கொண்டாடின. பொதுமக்கள் தரப்பும் இதற்குச் சளைக்கவில்லை. கிட்டத்தட்ட அன்று இரண்டாவது தீபாவளியே கொண்டாடப்பட்டது.

டில்லியில் கடந்த ஞாயிற்றுக்கிழமையன்று (16.12.12) ஓடும் பேருந்தில் ஆறு பேர் கொண்ட கும்பலால் 23 வயது மருத்துவ மாணவி கொடூரமான முறையில் பாலியல் வன்புணர்ச்சி செய்யப்பட்டாள். துருப்பிடித்த இரும்புக் கம்பிகளால் தாக்கப்பட்டதில் சிறுகுடல், பெருகுடல் கிழிந்து நுரையீரலில் தொற்று, மூளையில் காயம், மாரடைப்பு என உயிருக்குப் போராடினாள். 6 அறுவை சிகிச்சைக்குப் பின்பும் எந்தப் பலனுமின்றி சிங்கப்பூர் மருத்துவமனையில் உயிரிழந்தாள். பாதிக்கப்பட்ட பெண்ணிற்காக இந்திய வரலாற்றில் இதுவரை கண்டிருக்க முடியாத மக்கள் தன்னெழுச்சி ஒன்று ஏற்பட்டது. டில்லியில் குடியரசுத் தலைவர் மாளிகை முன்பும் இந்தியா கேட் முன்பும் கூடிய ஆயிரக்கணக்கான இளம் பெண்களும் ஆண்களும் பாதிக்கப்பட்ட பெண்ணிற்கு நீதி கேட்டுத் தொடர்ந்து போராடினர். அவர்களின் உச்சபட்ச கோரிக்கை, இந்தக் கொடூரத் தாக்குதலில் ஈடுபட்ட 6 பேரையும் தூக்கிலிட வேண்டும் என்பதுதான். சுஷ்மா சுவராஜ் போன்ற பா.ஜ.க.வினரும் இதை நாடாளுமன்றத்தில் வலியுறுத்தினார்கள்.

இரண்டு சம்பவங்களுமே ரொம்பவும் குரூரமாய் நிகழ்த்தப்பட்டவைதான்; உச்சபட்சமாய் தண்டிக்கப்பட வேண்டியவைதான். ஆனால், உணர்ச்சிமயமான ஒரு சூழலில் மரணதண்டனையை நியாயப்படுத்துவது அல்லது மரண தண்டனையைக் கோருவது என்பவற்றிற்கு அப்பால், மரண தண்டனை எவ்வாறு அரசியலாக்கப்படுகிறது என்பவற்றின் மீதும் கவனம் குவிக்க வேண்டும்.

மரண தண்டனையைச் சட்ட பூர்வமாகவே ஆதரித்து வரும் நமது நாடு, சில ஆண்டுகளுக்கு முன் மரண தண்டனையை ஒழிப்பதற்காக ஐ.நா கொண்டுவந்த தீர்மானத்திற்கு எதிராக வாக்களித்தது. இந்திய நீதி வழங்கு நெறிமுறைகளின்படி, மரண

தண்டனை என்பது "அரிதினும் அரிதான" வழக்குகளுக்கு மட்டுமே விதிக்கப்படவேண்டிய ஒன்று. ஆனால் இந்த "அரிதினும் அரிதான" என்பதற்கு சட்டரீதியான வரையறை எதுவும் இல்லை. வழக்குகளை விசாரிக்கும் நீதிபதியின் கருத்தியலையும் விசாரணையின்போதான அவரது மனநிலையையும், ஒரு குறிப்பிட்ட அளவிற்கு, குற்றவாளியின் சாதிய வர்க்கப் பின்புலத்தையும் கூட அது சார்ந்திருக்கிறது.

கடந்த 2007 ஆம் ஆண்டு ஏப்ரல் 19 ஆம் தேதி, நெல்லை மாவட்டத்தைச் சேர்ந்த ஜெயக்குமார், அவரது மனைவி சண்முகத்தாய் மகள்கள் புவனேஸ்வரி, இந்திரா ஆகியோர் படுகொலை செய்யப்பட்டனர். இதுதொடர்பாக வெட்டும்பெருமாள் என்ற கிருஷ்ணன், காட்டு ராஜா ஆகியோர் கைது செய்யப்பட்டனர். கிருஷ்ணனின் மனைவியுடன் ஜெயக்குமாருக்குத் தொடர்பு இருந்ததாகக் கூறப்படுகிறது. இதனால் ஆத்திரமடைந்த கிருஷ்ணன், காட்டு ராஜாவுடன் சேர்ந்து ஜெயக்குமார் குடும்பத்தைத் தீர்த்துக்கட்டியுள்ளார்.

நெல்லை குற்றவியல் நீதிமன்றத்தில் நடைபெற்றுவந்த இவ்வழக்கு விசாரணை முடிவடைந்தது. தீர்ப்பு கூறிய நீதிபதி நந்தகுமார், குற்றவாளிகள் மீதான குற்றம் நிரூபணம் ஆனதால் அவர்கள் இருவருக்கும் நான்கு தூக்குத் தண்டனைகள் மற்றும் ஐந்து ஆயுள் தண்டனைகள் விதிப்பதாகத் தீர்ப்பளித்தார்.

சகமனிதரைக் கொல்லும் குற்றத்தின் தன்மை என்பது அதன் எண்ணிக்கையைப் பொறுத்து மதிப்பிடக்கூடியதன்று. ஒரே ஒரு உயிரைக் கொன்றாலும் அது வன்மையாகத் தண்டிக்கப்பட வேண்டியதுதான். எனினும் எண்ணிக்கை என்பது குற்றத்தின் அளவையும் தன்மையையும் தீர்மானிப்பதில் ஒரு பங்கு வகிக்கத்தான் செய்கிறது. அந்த வகையில் 4 பேரைக் கொன்றது "அரிதினும் அரிதான" வழக்காக நீதிபதியால் கருதப்பட்டது என்றே எடுத்துக்கொள்கிறோம். ஆனால் இதே அளவுகோல், இந்திராகாந்தி கொல்லப்பட்டதைத் தொடர்ந்து அடுத்த நான்கு நாட்களும் சீக்கியர்களைத் தேடிப்பிடித்து பெட்ரோல் ஊற்றிக்

கொளுத்தியும் கத்தி, இரும்புக்கம்பி, சைக்கிள் செயின்களால் அடித்து நொறுக்கியும் 3000 சீக்கியர்கள் படுகொலை செய்யப்பட்ட வழக்கிலோ, இதேமுறையில் 2002 ஆம் ஆண்டு குஜராத்தில் ஆயிரத்திற்கும் மேற்பட்ட முஸ்லிம்கள் படுகொலை செய்யப்பட்ட வழக்கிலோ, பிற இதுபோன்ற படுகொலைக் குற்றங்களிலோ பின்பற்றப்படவில்லை. ஏனெனில் மரண தண்டனை விதிப்பதற்கு இறுக்கமான சட்ட வரையறை என்பது இந்தியாவில் இல்லை. இன்னொன்றையும் கவனிக்க வேண்டும். மரண தண்டனைத் தீர்ப்புகள் என்பவை ஏதோ நீதிபதிகளின் தனிப்பட்ட கருத்தியலை மட்டுமல்ல, ஆளும் வர்க்கங்களின் அரசியலையும் சார்ந்திருக்கின்றன

பாதிக்கப்பட்ட சீக்கியர்கள் இன்றளவும் நீதி கேட்டுப் போராடிக்கொண்டிருக்கிறார்கள். ஆனால் குற்றவாளிகள் சுதந்திரமாய் உலவிக்கொண்டிருப்பதற்கு, "பெரிய மரம் ஒன்று விழுந்தால், பூமி கொஞ்சம் அதிரத்தான் செய்யும்" என்று சீக்கியப் படுகொலைகளைப் பற்றி நியாயம் பேசிய ராஜீவ்காந்தியின் காங்கிரஸ் துணை நிற்கிறது. குஜராத் படுகொலையில் நிறைமாதக் கர்ப்பிணியாக இருந்த கவுசர் பீவியின் வயிற்றைக் கிழித்து குழந்தையை வெளியே எடுத்து வாளால் வெட்டிக் கொன்றது உள்ளிட்ட நெஞ்சை உறையச் செய்யும் கொலைகளைப் புரிந்தவர்களும் பெண்களைக் கூட்டு வன்புணர்ச்சி செய்து பின் கொன்றவர்களும் முழுவதுமாய் தண்டிக்கப்படாததற்குப் பின்னால், படுகொலைகளைத் தூண்டிவிட்டதோடு, "ஒவ்வொரு வினைக்கும் எதிர்வினை உண்டு" எனக் கூசாமல் சொல்லிய அன்றைய குஜராத் மாநில முதலமைச்சர் நரேந்திர மோடியின் பா.ஜ.க நிற்கிறது.

கவனித்துப் பார்த்தால், மரண தண்டனை என்பது 'அம்னஸ்டி இன்டர்நேஷனல்' அமைப்பின் ஆய்வொன்று கூறியபடி, "அமெரிக்காவில் மரண தண்டனை பெறுவோரில் கறுப்பின மக்கள், வறியோர் அதிகம் இருப்பதைப் போல இந்தியாவில் வறியவர்கள், தலித்துகள், ஆதிவாசிச் சமூகங்களைச் சேர்ந்தவர்களே தூக்குத் தண்டனை பெறுகிறார்கள்"

(இவர்களோடு சிறுபான்மை முஸ்லிம் சமூகத்தையும் சேர்த்துக்கொள்ளலாம்). மேலும், இதேபோன்ற குற்றங்களைச் செய்தவர்களாக இருந்தாலும் சமுதாயத்தின் உயர்மட்டத்தில் உள்ளவர்கள் தப்பிவிடுகிறார்கள்" என்றும் அந்த ஆய்வு கூறுகிறது.

சரி, இப்படிக் குறைந்தபட்ச அளவிலாவது குற்றவாளிகள் தண்டிக்கப்படுகிறார்களே என்று திருப்திப்பட்டுக் கொள்ளவும் முடியாது. நீதிமன்றங்களின் விசாரணை எல்லாம் அத்தனை துல்லியமாய் உண்மைகளை வெளிக்கொணருபவை அல்ல. குற்றவாளியின் தரப்பில் ஒரு திறமையான வழக்கறிஞர் பங்கேற்காமல் போனால் அவர் தரப்பு நியாயம் வெளிப்பட வாய்ப்பில்லை. இந்தவகையில் ஒரு குற்றவாளி தவறாகத் தண்டிக்கப்படுவதற்கும் வாய்ப்பிருக்கிறது. அரசியல் காரணங்களாலும் அப்படி நேர்வதற்கு வாய்ப்புள்ளது. (அப்சல் குரு சிறந்த எடுத்துக்காட்டு). சமீபத்தில், உச்ச நீதிமன்ற முன்னாள் நீதிபதிகள் 14 பேர் கையெழுத்திட்டு குடியரசுத் தலைவர் பிரணாப் முகர்ஜிக்கு ஒரு கோரிக்கை விடுத்தனர். அதில், தவறான சட்ட முன்னுதாரணங்களைப் பின்பற்றியதால் 13 பேருக்குத் தவறுதலாக மரண தண்டனை வழங்கிவிட்டதாகவும் அவர்களது தண்டனைகளைக் குறைக்கும்படியும் கேட்டிருந்தனர். இதுகுறித்து முன்னொரு பதிவில் பார்த்தோம். இந்த 13 பேரில் 2 பேருக்கு ஏற்கனவே தண்டனை நிறைவேற்றப்பட்டுவிட்டது. இனி, அந்தத் தவறு திருத்தவே முடியாத ஒன்று.

இந்தச் சிக்கல்களை எல்லாம் எடுத்துக்கூறி மரண தண்டனைக்கு எதிராக நீண்ட காலமாகவே மனித உரிமை ஆர்வலர்கள் குரலுயர்த்தி வருகின்றனர். மரண தண்டனை என்னும் அரச கொலை மனித உரிமைகளுக்கு எதிராக மட்டுமின்றி, சட்ட ரீதியாகத் தவறாக இருப்பதையும் அவர்கள் சுட்டிக்காட்டுகிறார்கள். குற்றம் இழைத்தவர்களுக்கான தண்டனை என்பது அவர்களைத் திருத்தும்படியாகவும் தவறுக்கான தண்டனையைத் தனது வாழ்நாளிலேயே

அனுபவிக்கும்படியாகவும் இருக்கவேண்டும். அதைப் புறந்தள்ளி மரணத்தை அளிப்பதென்பது எந்தவகையிலும் பயன்தராது. மரண தண்டனை போன்ற கொடிய சட்டங்கள் இருந்தால் தவறு செய்ய பயப்படுவார்கள், எனவே சட்டம், ஒழுங்கு நிலைநாட்டப்படும் என்று சொல்லப்படுகிறது. இந்தப் பூச்சாண்டிகளெல்லாம் எத்தனை அபத்தம் என்பதை அஜ்மல் கசாப்பின் மரணமே நிறுவிவிட்டது. வன்முறைகள், அப்பாவி மக்கள் கொல்லப்படுதல் ஆகியன எந்தத் தீர்வையும் ஏற்படுத்தி விடாது. அதேபோல மரண தண்டனைகளாலும் இப்படியான வன்முறைகளுக்குத் தீர்வு ஏற்பட்டு விடாது.

அஜ்மல் கசாப்பின் மரணம் தீவிரவாதிகளிடம் எந்த ஓர் அச்சத்தையும் ஏற்படுத்தவில்லை. மாறாகப் பழியுணர்ச்சியைத்தான் மேலும் இது தூண்டிவிட்டிருக்கிறது. அஜ்மல் ஒரு ஹீரோவாக இன்று கட்டமைக்கப்பட்டுள்ளான். அவன் தூக்கிலிடப்பட்ட நாளில் இருந்து தலிபான் தீவிரவாதிகள் மிரட்டல் விடுத்த வண்ணம் உள்ளனர். "அஜ்மல் கசாப்பின் மரணம் வீணாகப் போகக்கூடாது. அவன் தியாகத்தைப் போற்ற எங்கள் இயக்கத்தில் நூற்றுக்கணக்கானவர்கள் தற்கொலைத் தாக்குதலுக்குத் தயாராக உள்ளனர். எங்கள் இயக்கத்தைச் சேர்ந்தவர்கள் இந்தியாவில் ஐதராபாத், அமிர்தசரஸ் நகரங்களில் தயாராக உள்ளனர். அவர்கள் கசாப்பின் மரணத்திற்குப் பழிக்குப்பழி வாங்கும் வகையில் மிகப்பெரிய தாக்குதல் நடத்துவார்கள்" என்று தலிபான் இயக்கத்தின் ஜூன் துல்லா பிரிவு அறிவித்துள்ளது. இதேபோல ஜம்மு காஷ்மீரில் உள்ள புகழ்பெற்ற வைஷ்ணவிதேவி கோயில் மீது பயங்கரத்தாக்குதல் நடத்துவோம் என்றும் மிரட்டல் விடப்பட்டுள்ளது. இதெல்லாம் எங்கு கொண்டு விடும்?

தூக்குத் தண்டனை என்பது தீவிரவாதிகளுக்கு மட்டுமல்ல; வன்புணர்ச்சி, சாதிப்படுகொலை, இனப்படுகொலை, கொடூரச் செயல்கள் போன்ற எந்த ஒன்றில் ஈடுபடும் குற்றவாளிகளுக்கும் பயத்தை ஏற்படுத்திவிடாது. டெல்லி படுகொலையில் குற்றவாளிகளுக்கு மரண தண்டனை வழங்கக்கோரி பெரும்

கிளர்ச்சி வெடித்துக்கொண்டிருந்த போது, இந்தியா முழுவதிலும் பல்வேறு இடங்களில் பாலியல் வன்புணர்ச்சியும் கொலைகளும் நடந்த செய்திகள் ஊடகங்களில் வந்தவண்ணம் இருந்தன. தமிழகத்தில் 13 வயதுப் பள்ளி மாணவி புனிதாவும் வேலூர் அருகே பாலியல் பலாத்காரம் செய்யப்பட்டு கொலை செய்யப்பட்டதும் அப்போதுதான் (நிர்பயா நினைவு தினத்தில் 'வேலூரில் பள்ளி மாணவி புனிதா பாலியல் பலாத்காரம் செய்து படுகொலை', *tamil, one india,cim, 16*, டிசம்பர், 2014 வேலூர்). ஆக, மரண தண்டனை என்பது குற்றவாளிகளுக்கு அச்சத்தை ஏற்படுத்தி, குற்றச்செயல்களைத் தடுக்கும் என்கிற வாதம் அர்த்தமற்றதாகிறது.

எனவே, இத்தகைய குற்றச்செயல்களைத் தடுப்பதற்கு, குற்றவாளிகளை அவர்களது வாழ்நாளிலேயே தண்டனை அனுபவிக்கச் செய்வதும், சட்டங்களின் ஓட்டைகளை அடைத்து பாதிக்கப்பட்டவர்களுக்கு நீதி கிடைப்பதற்கான கறாரான வழிமுறைகளை உருவாக்குவதும் குற்றவாளிகளின் சமூகப் பொருளாதாரச் செல்வாக்குகளைப் புறந்தள்ளி அவரவர் இழைத்த குற்றங்களுக்கு உரிய தண்டனை அளிப்பதும் எல்லாவற்றிற்கும் மேலாக தீவிரவாதங்களை ஒழிப்பதற்கான உரையாடலை சாத்தியப்படுத்துவதும் ஆணாதிக்க கலாச்சார மனங்களுக்கு எதிராக பெண்ணியவாத விழிப்புணர்வுகளை ஏற்படுத்துவதுமே முக்கியம்.

இந்தத் தொலைநோக்குச் சிந்தனைகளை ஒதுக்கிவிட்டு, மரண தண்டனைக்காகக் கூக்குரலிடுவது, இறுதியில் ஆளும் வர்க்கங்கள் தங்களது அரசியல் நோக்கங்களை அடைவதற்குத்தான் வழிவகுக்கும். தேர்தல் அரசியலுக்கு நெருக்கடிகள் ஏற்படும்போது அஜ்மல் கசாபையோ, அப்சல் குருவையோ தூக்கிலிட்டு தமது 'தேசபக்தியை' நிறுவுவதற்கும் எதிர்க்கட்சிகளின் வாயை அடைப்பதற்கும்தான் இது பயன்படுத்தப்படும். இவற்றை நிறைவேற்றுவதன் மூலம் குற்றவாளிகள் எல்லாம் தண்டிக்கப்படுவதாகவும் நாட்டில் சட்டத்தின் ஆட்சி நடப்பதாகவும் ஒரு பிம்பத்தை மட்டுமே

அது கட்டமைக்கும். ஆனால் குற்றச் செயல்கள் குறைவதில்லை.

ஒன்றிரண்டு மரண தண்டனைகளை நிகழ்த்தி பிரச்சினைகளைத் திசை திருப்பிவிடவும் உண்மைகளை மூடிமறைத்து விடவும், ஆளுகையில் எதிர்கொள்ளும் தோல்விகளைச் சமாளிக்கவும் முடியாது; இன்னும் விடையளிக்கப்படாத கேள்விகளை வரலாற்றில் இருந்து அழித்துவிடவும் முடியாது. "பழிக்குப் பழி" என்கிற சொல்லாடல்களை எழுப்புவதன் மூலம் எதிர்காலச் சமூகத்திடம் ஒரு வன்முறையற்ற இந்தியாவை ஒப்படைத்துவிட முடியாது. "கண்ணுக்குக் கண் என்றால் இறுதியில் குருடர்களின் உலகம்தான் மிஞ்சும்" என்று காந்தி சொன்ன சொல் மிகவும் ஆழமான ஒன்று.

நமது வருங்கால சந்ததிகளுக்கு நாம் எப்படியான உலகத்தை விட்டுச் செல்லப் போகிறோம்??

9

யாகூப் மேமன்: தண்டனையல்ல பழிவாங்கல்

இந்தக் கட்டுரையை நீங்கள் வாசிக்கும்போது மும்பை தொடர் வெடிகுண்டு வழக்கில் மரண தண்டனை விதிக்கப்பட்டுள்ள யாகூப் மேனனின் மனு மீது குடியரசுத் தலைவர் மற்றும் உச்ச நீதிமன்ற முடிவுகள் எல்லாம் தெரிந்திருக்கும். நான் அதற்கு முந்திய இரவில் இதை எழுதிக்கொண்டுள்ளேன். ஒருவேளை அம்மனுக்கள் நிராகரிக்கப்பட்டிருந்தால் இந்திய ஆட்சியாளர்கள் இன்னும் ஒருவரை அநீதியாகத் தூக்கிலிட்டு, "நீதி வென்றது, இந்தியாவின் இறையாண்மை காக்கப்பட்டது. பாகிஸ்தானுக்கும் பயங்கரவாதிகளுக்கும் ஒரு கடுமையான சேதி சொல்லப்பட்டுவிட்டது" என்றெல்லாம் சொல்லிப் புன்னகை பூத்திருப்பர். யாகூப்பிற்கு முதலில் மரண தண்டனையை வழங்கிய தடா கோர்ட் நீதிபதி பி.டி.கோடே, பப்ளிக் பிராசிகியூட்டர் உஜ்வல் நிகாம் எல்லோரும் அவர்களின் முடிவு ஏற்றுக்கொள்ளப்பட்டதை ஆறுதலாக உணர்ந்திருப்பர்.

யாகூப் மேனனுக்கு மரண தண்டனை நிறைவேற்றுவதன் மூலம் நீதி வென்றது எனப் பெருமைகொள்ள ஏதேனும் நியாயம

இருக்கிறதா?

நிச்சயமாக இல்லை. இந்த வழக்கின் வரலாற்றைப் பார்த்தால் உண்மை விளங்கும். 1992 டிசம்பர் 6 அன்று அத்வானி உட்பட பா.ஜ.க.வின் உயர்மட்டத் தலைவர்களின் கண்முன் 400 ஆண்டு காலப் பழமைமிக்க பாபர் மசூதி இடித்து வீழ்த்தப்பட்டு அந்த இடத்தில் இராமர் சிலைகள் வைக்கப்பட்டன.

அது மட்டுமல்ல தொடர்ந்து நடந்த கலவரங்களில் 1000 க்கும் மேற்பட்டோர் கொல்லப்பட்டனர். மும்பையில் மட்டும் 900 பேர்கள் கொல்லப்பட்டனர்.

இதற்கு எதிர்வினையாக அடுத்த சில மாதங்களில் (மார்ச் 1993) மும்பையில் 13 இடங்களில் வெடிக்கப்பட்ட தொடர் குண்டுகள் 257 அப்பாவிப் பொது மக்களின் உயிர்களைக் குடித்தன.

வெடிகுண்டு வைக்கப்பட்டிருந்த ஒரு காரிலிருந்து அந்தத் தாக்குதலில் இப்ரஹீம் மேமன் (டைகர்) தொடர்புபட்டிருந்தது உடன் தெரியவந்தது. இன்றும் பிடிபடாமல் தலைமறைவாக உள்ள டைகர் மேமனும், தாவூத் இப்ராஹீமும்தான் இந்தத் தொடர் குண்டு வெடிப்பின் முக்கிய சதிகாரர்கள் என்பது உறுதியானது.

டைகரின் சகோதரர்தான் யாகூப் மேமன். சகோதரர்கள் ஒரே வீட்டில் வெவ்வேறு தளங்களில் குடியிருந்துள்ளனர். யாகூப் ஒரு சார்ட்டட் அக்கவுண்டன்ட். தனது இந்து நண்பர் ஒருவருடன் இணைந்து தொழில் செய்து கொண்டிருந்தார். குண்டு வெடிப்புகளுக்கு இரண்டு நாட்கள் முன் அவர் குடும்பத்துடன் துபாய் சென்றிருந்தார். ஆண்டுதோறும் இந்த நாட்களில் அவர்கள் துபாயில் இருப்பது வழக்கம் என்கிறார் அவர். எனினும் இந்தியப் புலனாய்வுத் துறைகள் குடும்ப உறவினர்கள் அனைவரையும் தேடின. அதன் பின் நடுநிலையாக யாகூப் மேமன் தரப்பில் இப்போது சொல்லப்படுபவை:

"1) மும்பை தொடர் குண்டு வெடிப்புத் தாக்குதலை எங்கள்

குடும்பம் துபாயிலிருந்து தொலைக்காட்சியில் பார்த்தபோது அதிர்ச்சி அடைந்தது 2) வெற்றிகரமாகத் தாக்குதலைச் செய்துவிட்டதைக் கொண்டாடிய டைகர் மேமன் எங்களிடம், "நீங்கள் இங்கிருந்தால் துபாய் அரசு உங்களையும் இத்துடன் தொடர்புபடுத்தி கூண்டோடு இந்திய அரசிடம் ஒப்படைத்துவிடும்" எனச் சொல்லி எங்களை பாகிஸ்தானுக்கு வரவழைத்து ISI வசம் ஒப்படைத்தார் 3) எனினும் எனக்கு இதில் உடன்பாடில்லை. இந்தியா சென்று சரணடையத் திட்டமிட்டேன். ISI ன் கண்ணில் மண்ணைத் தூவிவிட்டு துபாய் சென்று திரும்பி வருவதாகச் சொல்லி 'ரிடர்ன்' டிக்கட் எடுத்துக் கொண்டு வந்து சரணடைவதற்காக காத்மாண்டுவில் இறங்கியபோது, (ஜூலை 19, 1994) கைது செய்யப்பட்டு இந்தியக் காவல்துறையிடம் ஒப்படைக்கப்பட்டேன். அவர்கள் என்னை இந்தியா கொண்டு சென்றனர். 4) ஆனால் இன்று வரை சி.பி.ஐ உண்மையைச் சொல்லாமல், என்னை அடுத்த மாதம் ஆகஸ்டு 5 அன்று டில்லியில் வைத்துக் கைது செய்ததாக அப்பட்டமாகப் பொய்யுரைத்து வருகிறது 5). முழுமையாக இந்திய அரசுடன் ஒத்துழைத்து அவர்கள் விரும்பியபடி என் குடும்பத்தைச் சேர்ந்த இதர 8 பேர்களையும் இங்கு வரவழைத்தேன் 6) இந்திய அரசு என்னிடமும் என் குடும்பத்தாரிடமும் வஞ்சகமாக நடந்து கொண்டது. 7). சி.பி.ஐயால் கொடுஞ் சித்திரவதைகளுக்கு நான் ஆப்படுத்தப்பட்டேன்."

யாகூப் மேமன் இந்தியாவிடம் சரணடைய வந்தபோது அவரது மனைவி கர்ப்பிணியாக இருந்தார். யாகூப் சிறையில் இருந்தபோது பிறந்த அவரது மகள் சுபைதாவுக்கு இப்போது வயது 21. கடந்த இந்த 21 ஆண்டுகளாகவும் யாகூப் சிறையில் அடைபட்டுள்ளார்.

2007ல் தடா நீதிமன்றம் யாகூப்பிற்கு மட்டும் மரண தண்டனை வழங்கியது. குற்றச் செயலுக்குப் பணம் கொடுத்தார் எனவும், குற்றவாளிகள் தப்புவதற்கு உதவினார் எனவும் இவை அய்யத்திற்கு இடமின்றி நிரூபிக்கப்பட்டு விட்டன எனவும் நீதிமன்றம் கூறியது. இதற்கு ஆதாரமாக நீதிமன்றம்

காட்டுவதெல்லாம் அப்ரூவர்களின் சாட்சியங்கள் மட்டுமே.

காட்மாண்டுவில் வைத்துக் கைது செய்யப்பட்ட ஒருவரை ஏன் பல வாரங்கள் கழித்து டெல்லியில் வைத்துக் கைது செய்ததாக சி.பி.ஐ பொய் சொல்கிறது? எல்லோருக்கும் தெரிந்த இந்த உண்மைக்கு சி.பி.ஐயிடமிருந்து எந்தப் பதிலும் இல்லை.

யாகூப்பிற்கு மரண தண்டனை வழங்கப்பட்டது, அதை நிறைவேற்ற மகாராஷ்டிர அரசு காட்டும் அவசரம் ஆகியவற்றில் பல சட்ட மீறல்கள் உள்ளன என்பது குறித்த முக்கிய தரவுகள் சில கடந்த ஒரு வாரத்தில் வெளியாகியுள்ளன. யாகூப்பையும் குடும்பத்தையும் இந்தியாவுக்குக் கொண்டு வந்து சரணடையச் செய்ததில் முக்கிய பங்கு வகித்த 'ரா' அமைப்பின் உயரதிகாரி பி.இராமன் மரண தண்டனை அறிவிக்கப்பட்டபோதே அது தவறு என்பதைச் சுட்டிக்காட்டி எழுதிய கடிதம் இப்போது வெளியிடப்பட்டுள்ளது. மார்ச் 1993 தொடங்கி பணி ஓய்வு பெறும் வரை (ஆக 31, 1994) இராமன் மேற்கொண்டிருந்த இப்பணிகளை அன்றைய பிரதமர் நரசிம்மராவ் பாராட்டியுள்ளார் என்பது குறிப்பிடத்தக்கது.

இராமனின் கடிதத்தைத் தற்போது வெளியிட்டுள்ளவர் 'ரெடிஃப். காம்' இணையதளத்தின் இதழாளர் ஷீலா பட். யாகூபிற்கு மரண தண்டனை வழங்கப்பட்டது குறித்து ராமன் கலக்கமுற்றிருந்தார் எனவும் அது குறித்த உண்மைகளை வெளிப்படுத்தும் கட்டுரை ஒன்றை அவர் தனக்கு மின்னஞ்சலில் (August 2, 2007, at 9.39) அனுப்பிவைத்தார் எனவும் இப்போது ஷீலா பட் கூறுகிறார். கட்டுரையை முதலில் அனுப்பிவிட்டுப் பின், அதைப் போட வேண்டாம் என இராமன் கேட்டுக்கொண்டுள்ளார். அதற்கு அவர் சொன்ன காரணம் அந்தக் கடிதம் வெளியிடப்பட்டால் குற்றச்செயலில் தொடர்புடைய மற்றவர்கள் கைதாவதற்கு அது தடையாக இருக்கும் என்பது. என்ன நினைத்தாரோ பின் மீண்டும் அவர் ஷீலாவை அழைத்து, தன் பெயரில் அல்லாமல் அந்தத் தகவலை வெளிக்கொணருமாறும் கூறியுள்ளார். 'ரா' விலிருந்து ஓய்வுபெற்ற பின் இராமன் மத்திய அமைச்சரவைச் செயலகத்தில் பதவியில் இருந்தார் என்பது குறிப்பிடத்தக்கது.

அந்த நிலையில் அவரது பெயரில் அக்கட்டுரை வெளியிடப்பட வேண்டாம் என அவர் நினைத்திருக்கலாம்.

பின் இராமனிடம் விரிவாகப் பேசி ஷீலா எழுதிய அக்கட்டுரைகள் இரண்டையும் *rediff.com*-ல் இப்போதும் வாசிக்கலாம். ஜூன் 16, 2013 ல் ராமன் மறைந்தார்.

இராமன் அரசுக்கு விசுவாசமானவர். பயங்கரவாதத்தை எதிர்ப்பதிலும், வெளி நாடுகளில் ஒளிந்துள்ள பயங்கரவாதிகளை வெளியே கொண்டு வருவதிலும், அவர்கள் வெளிநாடுகளில் ஒளிந்திருப்பதைச் சாத்தியமில்லாமல் செய்வதிலும் இந்திய உளவுத் துறையின் சாதனைகள் குறித்துப் பெருமை கொள்பவர்.

இராமனின் கருத்து இதுதான்: யாகூப்பிற்கும் மும்பை தொடர் குண்டுவெடிப்பிற்கும் உள்ள தொடர்பு என்ன என்பது ஒருபக்கம் இருக்கட்டும். அவர் எந்த அடிப்படையில் இங்கு வரச் சம்மதித்தார் என்பதும் ஒரு பக்கம் இருக்கட்டும். பாகிஸ்தானுக்கும் இந்தப் பயங்கரவாதச் செயலுக்கும் உள்ள தொடர்பு மற்றும், குற்றவாளிகளை அது வைத்துப் பாதுகாப்பது ஆகியவற்றை உலகின் முன் நிறுவுவதில் அவர் இந்தியாவுக்கு உதவி செய்துள்ளார். அவரை இப்படி நடத்துவது அறமல்ல என்பதுதான் இராமனின் சிந்தனை ஓட்டம். இராமன் மேலும் சொல்வது:

"தான் பழைய டெல்லியில் வைத்துக் கைது செய்யப்பட்டுள்ளதாக பிராசிகியூஷன் சொல்வதை, விசாரணை தொடங்கியது முதல் யாகூப் மறுத்து வந்துள்ளார். ஆக அதிகபட்சமான தண்டனையை யாகூபிற்குப் பெற்றுத் தந்துவிட வேண்டும் எனச் செயல்பட்ட பிராசிகியூஷன் இதை ஏற்கவில்லை."

"யாகூப் மேமன் மற்றும் அவரது குடும்பத்தாரின் மீது சுமத்தப்பட்ட குற்றங்களின் வேகத்தையும் அதனூடாகத் தண்டனையையும் தணிக்கக் கூடிய சில சூழல்களை *(some mitigating circumstances)* நீதிமன்றத்தின் பார்வைக்கு பிராசிகியூஷன் கொண்டு வராதது எனக்குக் கவலை அளிக்கிறது. தண்டனை

வழங்கும்போது இவற்றை நீதிமன்றம் கணக்கில் எடுத்துக் கொள்ள வேண்டும் எனவும் அது கோரவில்லை... எப்படியாவது மரண தண்டனை பெற்றுத் தந்துவிட வேண்டும் என்கிற பேராவலில் பிராசிகியூஷன் இப்படிச் செய்துள்ளது."

"இந்தியப் புலனாய்வுத் துறையுடன் மேமன் ஒத்துழைத்துள்ளார். கராச்சியில் இருந்த அவரது குடும்பத்தினர் சிலரையும் பாக். உளவுத் துறையிடம் (ISI) இருந்து விடுபட்டு துபாய்க்கு வந்து இந்திய அதிகாரிகளிடம் சரண் அடைவதற்கும் அவர் ஒத்துழைத்துள்ளார்... இப்படி யாகூப் அளித்த ஒத்துழைப்பு என்னைப் பொறுத்தமட்டில் அவருக்கு மரண தண்டனை அளிப்பது குறித்த முடிவில் தண்டனையைத் தணிக்கும் ஒரு வலிமையான அம்சமாக உள்ளது."

இராமனின் கூற்றுக்குப் பின்னால் உள்ள சட்ட நுணுக்கம் இதுதான். அரிதினும் அரிதான வழக்குகளில் மட்டுமே மரண தண்டனை வழங்க வேண்டும் என்பது இன்றைய நெறிமுறை. இத்தகைய வழக்குகளில் மரண தண்டனை வழங்கும்போது தண்டனையைத் 'தணிக்கும் காரணிகள்' மற்றும் 'அதிகரிக்கும் காரணிகள்' எவை எவை என்பதை பிராசிகியூஷன் தெளிவுபடுத்த வேண்டும். நீதிமன்றமும் அதை மிகக் கவனத்துடன் ஆராய வேண்டும்.

இந்த வழக்கின் புதிரை அவிழ்ப்பதிலும், உண்மைக் குற்றவாளிகளைச் சுட்டிக் காட்டுவதற்கும், எல்லாவற்றிற்கும் மேலாக பாகிஸ்தானின் பங்கை வெளிப்படுத்துவதற்கும் யாகூப் பேரளவில் உதவி செய்துள்ளார். இவை தண்டனையைத் தணிக்கும் காரணிகள். இவற்றை நீதிமன்றம் கவனத்தில் கொண்டிருக்க வேண்டும். கொண்டிருந்தால் யாகூபிற்கு மரண தண்டனை வழங்கி இருக்க இயலாது என்பதுதான் இதில் நாம் புரிந்துகொள்ள வேண்டியது.

யாகூப் மேமனுக்கு மரண தண்டனை நிறைவேற்றத்திற்கான வாரண்டை வழங்குவதில் அடிப்படை விதிகள் மீறப்பட்டுள்ளதும் தற்போது சர்ச்சைக்குள்ளாகியுள்ளது.

ஜூலை 30 அன்று யாகூப் மேமன் தூக்கிலிடப்படுவார் என வழங்கப்பட்டுள்ள உயிர் பறிப்பு ஆணை (Black Warrant) சட்ட ரீதியானது அல்ல என்கிறார் இது குறித்த வல்லுனர் லுபெயாதி ரங்கராஜன். சீராய்வு மனு நிலுவையில் உள்ள நிலையில், ஏப்ரல் 30 அன்றே இந்த ஆணை மேமனுக்கு வழங்கப்பட்டுள்ளது. மனுவின் மீது முடிவு தெரியும் வரை அப்படி வழங்கலாகாது.

உச்ச நீதிமன்றம் சீராய்வு மனுவின் மீதான முடிவை ஜூலை 21 அன்று அறிவிக்கும் என அறிந்தும், ஊடகங்களில் அது செய்தியாக வெளியாகியும் மகாராஷ்டிர அரசு அந்த ஆணையை ரத்து செய்யவில்லை. அப்படியானால் உச்ச நீதிமன்றம் சீராய்வு மனுவை நிச்சயமாகத் தள்ளுபடி செய்யும் என முன்கூட்டியே அரசுக்குத் தெரியுமா என்கிற கேள்வியை எழுப்பி இது நீதியல்ல, அப்பட்டமான பழிவாங்கல் என்கிறார் ரங்கராஜன்.

மரண தண்டனைக் கைதிகள், அவர்கள் எத்தகைய குற்றம் செய்திருந்த போதிலும், அவர்களுக்கு அனைத்துச் சட்ட வாய்ப்புகளையும் அளிக்க வேண்டும் என அரசியல் சட்டம் கூறுகிறது. அவசரமான, தன்னிச்சையான, இரகசியமான தூக்குகளுக்கு அரசியல் சட்டத்தில் இடமில்லை. மரண தண்டனை விதிக்கப்பட்டவருக்கான சட்ட வாய்ப்புகளை யாரும் மறுத்துவிட முடியாது. குடிமக்களின் உயிரைப் பறிக்கும் அரசுரிமை ஆக உச்சபட்சமான சட்ட ஆய்வுகளுக்கு உட்பட்டது. பழிவாங்கவேண்டும் என்கிற பொதுக் கருத்தின் அடிப்படையில் யாருக்கும் அடிப்படை உரிமைகளை மறுப்பதென்பது இந்த நாடு ஒரு அரசியல்சட்ட ஆட்சிக்கு உட்பட்ட ஜனநாயகம் என்பதைக் கேள்விக்குள்ளாக்கும்.

இப்படி அடிப்படைச் சட்ட விதிகள் நெறிமுறைகள் ஆகியவற்றை மீறி இந்திய அரசு தொடர்ந்து செயல்படுவதன் பொருள் என்ன? ராஜீவ் காந்தி கொலையாக இருக்கட்டும், இல்லை நாடாளுமன்றத் தாக்குதலாக இருக்கட்டும், இல்லை இன்று சர்ச்சைக்குள்ளாகியுள்ள மும்பை தொடர் வெடிகுண்டுத் தாக்குதலாக இருக்கட்டும் நேரடியாகக் குற்றம் மற்றும் சதிச்

செயலில் ஈடுபட்டவர்கள் ஒன்று கொல்லப்பட்டுள்ளார்கள் அல்லது தப்பித் தலைமறைவாக உள்ளார்கள். குற்றச் செயலிலோ. சதியிலோ நேரடியாகத் தொடர்பு இல்லாதவர்களுக்கு இங்கு மரண தண்டனை வழங்கப்படுகிறது.

ஒருவேளை தலைமறைவாக உள்ளவர்கள் கைது செய்யப்பட்டிருந்தால் அல்லது கொல்லப்பட்டவர்கள் உயிரோடு பிடிபட்டிருந்தால் இன்று மரண தண்டனை வழங்கப்பட்டு இருப்பவர்களுக்கு அது வழங்கப்பட்டிருக்காது.

அப்படியானால் பேரறிவாளன் உள்ளிட்டோர், அஃப்சல் குரு, யாகூப் மேனன் ஆகியோருக்கு மரண தண்டனை வழங்கப்பட்டதன் பொருள் என்ன?

யாராவது ஒருவரைப் பிடித்துத் தூக்கில் தொங்கவிட்டுப் பழி தீர்க்க வேண்டும் என்பதுதான் இந்திய அரசின் நோக்கமாகவும் செயல்பாடாகவும் இருந்தது தெளிவாக வெளிப்படுகிறது.

இதற்கு நீதிமன்றங்களும் துணைபோவதுதான் வேதனை.

10

அஃப்சல் மரண தண்டனைக்கு எதிராக எழுந்த குரல்கள்

(டிசம்பர் 13 2001 அன்று இந்திய நாடாளுமன்றத்தின் மீது பயங்கரவாதிகள் மேற்கொண்ட தாக்குதலை இந்தியா முழுவதும் ஒரே குரலில் கண்டித்தது. இந்தத் தாக்குதலை நடத்திய லக்ஷர் ஏ தொய்பா மற்றும் ஜெய்ஷ் ஏ முகம்மத் பயங்கரவாத அமைப்புகளை இந்தியா முழுவதும் ஒரு குரலில் கண்டித்தது. 6 டெல்லி காவல்துறையினர், 2 நாடாளுமன்றப் பாதுகாப்புப் பணியாளர்கள், ஒரு தோட்டக்காரர் என 9 பேர்கள் அதில் பலியாகினர். 5 பயங்கரவாதிகள் அப்போது சுட்டுக் கொல்லப்பட்டனர். முஹம்மத் அஃப்சல் குரு, அவரது உறவினர், ஷெளகத் உசேன் குரு, பேரா. எஸ்.ஏ.ஆர்.கிலானி, ஷெளகத்தின் மனைவி நவ்ஜோத் சந்து எனப்படும் அஃப்சான் குரு ஆகியோர் CPC 1973 பிரிவின் கீழ் கைது செய்யப்பட்டனர். கைது செய்யப்பட்டவர்கள் மீது IPC பிரிவுகள், வெடிமருந்துப் பொருள் சட்டம் மற்றும் POTA சட்டங்கள் போடப்பட்டன. அஃப்சல் மற்றும் ஷெளகத்திடம் இருந்து கைப்பற்றப்பட்ட 10

இலட்சம் ரூபாய்கள் பொடா சட்டப் பிரிவு 6 இன்படி அரசுக்குச் சொந்தமானது. அஃப்சான் குரு மட்டும் 123 IPC தவிர பிற குற்றச்சாட்டுகளிலிருந்து விடுவிக்கப்பட்டார். அவருக்கு 5 ஆண்டுகள் கடுங்காவல் தண்டனையும் அபராதமும் விதிக்கப்பட்டது. மற்ற மூவருக்கும் மரண தண்டனை வழங்கப்பட்டது.

மேல்முறையீட்டில் எஸ்.ஏ.ஆர் கிலானி, அஃப்சான் குரு ஆகியோர் விடுதலை செய்யப்பட்டனர். ஷூவகத் மற்றும் அஃப்சலின் மரண தண்டனைகள் உறுதிசெய்யப்பட்டன. புகழ்பெற்ற வழக்குரைஞர் ராம்ஜேத் மலானி டெல்லி பல்கலைக் கழகப் பேரா. கிலானிக்காக வாதாடினார். அஃப்சல் குருவுக்கு வழங்கப்பட்ட மரணதண்டனை பெரிய அளவில் மனித உரிமைப் போராளிகளால் விமர்சிக்கப்பட்டது. அவரது மரண தண்டனை ரத்து செய்யப்பட வேண்டும் எனும் கோரிக்கை மனித உரிமைப் போராளிகளால் முன்வைக்கப்பட்டது. அப்போதைய குடியரசுத் தலைவர் பிரணாப் முகர்ஜி அவர்கள் அப்சலின் கருணை மனுவை நிராகரித்ததை ஒட்டி அப்சல் 2013 பிப் 09 அன்று தூக்கிலிடப்பட்டார். அப்சலுக்கு வழங்கப்பட்ட மரண தண்டனை பெரிய அளவில் இன்றுவரை சர்ச்சைக்கு உட்பட்ட ஒன்று. அவருக்கு உரிய நியாயம் வழங்கப்படவில்லை எனவும் நாடாளுமன்றத் தாக்குதல் என்பதைப் பொறுத்தமட்டில் அதற்குக் கடும் தண்டனை அவசியம் எனும் நோக்கில் அது நிறைவேற்றப்பட்டது என்கிற கருத்து இன்றும் உண்டு. அப்சல் குருவுக்காக வாதாடிய வழக்குரைஞர் நந்திதா ஹக்சர் அவர்கள் அப்போது இந்த மரண தண்டனையை எதிர்த்து வைத்த கருத்துகள் முக்கியமானவை.

மரண தண்டனையை ஒரு "சாவு குலுக்கல் சீட்டு" என்பதற்கு ஒரு எடுத்துக்காட்டாக அமைந்த ஒரு தண்டனை நிறைவேற்றம் இது என்கிற கருத்தை மனித உரிமைப் போராளிகள் தீவிரமாகப் பேசினர். அதில் முக்கியமாகக் குறிப்பிடத்தக்கவர் நந்திதா அவர்கள். வழக்கு நடந்துகொண்டிருந்தபோது அப்சல் வழக்கு தொடர்பான சில கடிதங்கள் முதலியவை

நந்திதாவின் முன்னுரையுடன் வெளிவந்தது. அதை அப்போது நான் தமிழில் பெயர்த்தேன். எனது விரிவான முன்னுரை ஒன்றுடன் அது 'கருப்புப் பிரதி' வெளியீடாக 2006 இல் வெளிவந்தது. அந்த வெளியீட்டு நிகழ்ச்சியில் வந்திருந்த அனைவரின் கையொப்பங்களுடன் அப்போதைய குடியரசுத் தலைவர் மதிப்பிற்குரிய அப்துல் கலாம் அவர்களுக்கு மரண தண்டனைக்கு எதிரான கடிதம் ஒன்றும் அனுப்பப்பட்டது.

(மூத்த வழக்குரைஞர் நந்திதா ஹக்சர் அவர்களின் முன்னுரைக் கட்டுரையும் குடியரசுத் தலைவருக்கு எழுதும் கடித வடிவில் அப்போது நான் எழுதிய விரிவான கட்டுரையும் அடுத்தடுத்து)

ஒன்று

வழக்குரைஞர் நந்திதா ஹக்சர் அவர்களின் முன்னுரை

"ஒரு நாடு அதன் குற்றவியல் சட்டத்தை நடைமுறைப் படுத்துவதற்கு என்னவிதமான வழிமுறைகளைப் பயன் படுத்துகிறது என்பதை வைத்தே அதன் பண்பாட்டுத் தரத்தை மதிப்பிட முடியும்."

"ஒரு குற்றவியல் நீதி வழங்கு அமைப்பின் முதற்கடமை உண்மையைத் தேடி அதை ஆதாரங்களுடன் நிறுவுவதன் மூலம் நீதியைப் பரிபாலிப்பதே. நோக்கங்கள் மட்டுமின்றி அதற்கான வழிமுறைகளும் அவற்றைப் போலவே நல்லதாக இருக்க வேண்டும் என்பது முக்கியம். நோக்கங்கள் எத்தனை சிறப்பாக இருந்தபோதிலும் தவறான வழிமுறைகளினால் தனிநபர்களின் கண்ணியமும் மனித உரிமைகளும் பாதிக்கப்படக்கூடாது. சமூக நலனும் தனிமனிதனின் நலனும் ஒன்றையொன்று பாதிக்காமல் பரஸ்பரம் இணைந்திருக்க வேண்டும்.

பாராளுமன்றத் தாக்குதல் வழக்கிற்கான உச்ச நீதிமன்றத் தீர்ப்பில் காட்டப்பட்ட மேற்கோள்கள்

முகம்மத் அஃப்சல் தூக்கிலிடப்பட்டால் அது இந்திய ஜனநாயகத்தின் எதிர்காலத்தின் மீது தொடுக்கப்பட்ட மிகப்

பெரிய தாக்குதலாக இருக்கும் என நான் நம்புகிறேன். எப்படி என்கிறீர்களா? இம் மரண தண்டனை காவல்துறையில் வளர்ந்து வரும் சட்ட விரோதப் போக்கை மேலும் வலுப்படுத்தும். காஷ்மீரில் மேற்கொள்ளப்பட்டு வரும் சமாதான நடைமுறைகளுக்கு அது தீங்கு விளைவிக்கும். இந்து பாசிசச் சக்திகளுக்கு ஊக்கமளிக்கும். மேற்சொன்ன அனைத்தையும் வலுவான உண்மைகளின் அடிப்படையில் நான் இப்போது நிறுவிக் காட்டுகிறேன். அதன்பின், உங்களது தேசத்தின் பெயரால் முகம்மத் அஃப்சலைத் தூக்கில் தொங்கவிட விரும்புகின்றீர்களா என நீங்களே முடிவு செய்து கொள்ளுங்கள்.

காவல்துறையின் சட்ட விரோதத் தன்மை

இந்திய பாராளுமன்றத்தின் மீதான தாக்குதல் நமது ஜனநாயகத்திற்கு எதிரான மிகப்பெரிய சவால் என்பது உண்மையே. அது வெற்றியடைந்திருந்தால், உலகின் இப்பகுதி முழுவதிலும் நீண்ட கால அளவிலான பின்விளைவுகளை ஏற்படுத்தியிருக்கும். இந்தக் காரணத்தினாலேயே காவல்துறையும் இதர புலனாய்வு நிறுவனங்களும் இக்குற்றச் செயல் குறித்து நேர்மையாகவும் தீவிரமாகவும் விசாரணை மேற்கொள்வது அவசியமாகிறது. ஆனால், புலனாய்வு நிறுவனங்கள் இந்த விஷயத்தில் மிகவும் மோசமாக நடந்துகொண்டன. பொய்யான சாட்சியங்களை உருவாக்கின. பின் இதன் அடிப்படையில் பத்திரிகைகளில் செய்திகளை வரவழைத்து நாட்டு மக்களின் உணர்வுகளைத் தம் நோக்கத்திற்குத் தகவமைத்தன.

பாராளுமன்றத் தாக்குதல் குறித்த சதியைத் திட்டமிட்ட, முக்கிய குற்றவாளிகள் என அவர்களால் அடையாளம் காட்டப்பட்ட மஸூத் அஸார், காஸி பாபா, தாரிக் அகமத் ஆகிய மூவரையும் இப்புலனாய்வு நிறுவனங்கள் கைது செய்யத் தவறின. பின்னர், பாராளுமன்றத் தாக்குதலில் ஈடுபட்ட ஐவரில் ஒருவர் இந்தியன் ஏர்லைன்ஸ் விமானத்தை ஆப்கானிஸ்தானுக்குக் கடத்தியவர்தான் எனச் சொல்ல முயன்றன. ஆனால், இது அப்பட்டமான ஒரு பொய் என்பது விரைவில் அம்பலமானது.

உண்மையில், பாராளுமன்றத்தைத் தாக்கியவர்களின் அடையாளங்கள் இதுவரை நமக்குத் தெரியாது. ஏனெனில் அவர்கள் அனைவரும் கொல்லப்பட்டுவிட்டனர்.

டெல்லி காவல்துறைச் சிறப்புப் பிரிவின் துணையுடன் இப்புலனாய்வுத் துறையினர் நால்வரைக் கைது செய்து பாராளுமன்றத் தாக்குதல் குறித்துச் சதிசெய்ததாகக் குற்றம் சாட்டினர். அவர்களைக் கைது செய்த பின், தமது புலனாய்விலுள்ள குறைபாடுகளை இட்டுக்கட்டும் பொருட்டு ஊடகங்களின் மூலம் விசாரணைகளைத் தொடர்ந்தனர். லோடி சாலையிலுள்ள சிறப்புப் பிரிவு அலுவலகத்தில் பத்திரிகையாளர்களின் சந்திப்பு ஒன்றை 2001, டிசம்பர் 20 அன்று அவர்கள் நடத்தினர். அங்கே தேசிய அளவிலான ஊடகங்களின் முன்னிலையில் முகம்மத் அஃப்சலைத் தன்னைத் தானே குற்றம் சாட்டிக் கொள்ளச் செய்தனர். ஆனால், பின்னர் நீதிமன்றத்தில் புலனாய்வு அலுவலர் டி.சி.பி.அஷோக் சந்த் அப்படி ஒரு சந்திப்பே நடத்தப்படவில்லை என, "நான் சொல்வதெல்லாம் உண்மை" என உறுதியளித்துச் சொன்னார். இந்த போலீஸ் அதிகாரி உண்மை சொல்கிறேன் என்கிற உறுதியின் கீழ் இப்படிப் பொய் சொல்லியதை டெல்லி உயர் நீதிமன்றமும் உச்ச நீதிமன்றமும் கவனத்தில் எடுத்துக் கொண்டன.

குற்றம் சாட்டப்பட்டவர்களை எங்கே, எப்போது கைது செய்தோம் என்பது குறித்து காவல்துறை சொன்ன பொய்களையும் மேற்படி நீதிமன்றங்கள் பதிவு செய்து கொண்டன. கைது குறிப்பு (arrest memo) உட்பட பல ஆவணங்களையும் காவல்துறை பொய்யாய்த் திரித்து அமைத்தது. குற்றம் சாட்டப்பட்டவர்கள் சித்திரவதை செய்து போலி வாக்குமூலங்களை அளிக்க நிர்ப்பந்திக்கப்பட்டனர். புலனாய்வில் மேற்கொள்ளப்பட்ட இந்த ஏமாற்றுகளின் விளைவாக, குற்றம் சாட்டப்பட்டவர்களில் இருவர் அவர்களுக்கு எதிராக எந்த ஆதாரங்களும் இல்லை என நீதிமன்றத்தால் விடுதலை செய்யப்பட்டனர். எஸ்.ஏ.ஆர். கிலானியும் ஷவ்கத் குருவின் மனைவி நவ்ஜோத் சந்துவுமே

அவ்விருவரும். ஷெளகத் குருவுக்கு வழங்கப்பட்ட மரண தண்டனை உச்ச நீதிமன்றத்தால் பத்தாண்டு கடுங்காவல் தண்டனையாகக் குறைக்கவும் பட்டது.

அஃப்சல் குருவுக்கு எதிராக நேரடி சாட்சியங்கள் எதுவுமில்லை என நீதிமன்றம் சுட்டிக் காட்டிய பின்னும் கூட உச்ச நீதிமன்றம் அவரது மரண தண்டனையை இன்று உறுதி செய்துள்ளது.

நேரடி சாட்சியமின்மை

தடை செய்யப்பட்ட எந்த ஒரு அமைப்பிலும் முகம்மத் அஃப்சல் உறுப்பினராக இருந்தார் என்பதற்கு எந்த ஆதாரமும் இல்லை என்பதை உச்ச நீதிமன்றம் வெளிப்படையாகக் கூறியுள்ளது. இன்னும் சொல்லப்போனால் பொடா சட்டத்தின் கீழான குற்றச்சாட்டுகளிலிருந்தும் அஃப்சலை அது விடுதலை செய்துள்ளது. பொடா சட்டம் 3(2) பிரிவின் கீழ் அளிக்கப்பட்ட தண்டனை விலக்கப்பட்டுள்ளது. அவர் எந்த ஒரு பயங்கரவாத அமைப்பிலும் உறுப்பினராக இருந்தார் என்பதற்கு ஒப்புதல் வாக்குமூலத்தைத் தவிர வேறு நேரடி ஆதாரம் எதுவுமில்லை என்பதால் பொடா சட்டம் 3(5) பிரிவின் கீழான தண்டனையும் விலக்கப்பட்டுள்ளது. "ஒப்புதல் வாக்குமூலத்தின் படியும் கூட அவர் எந்த ஒரு பயங்கரவாதக் கும்பல் அல்லது அமைப்பிலும் உறுப்பினராக இருந்தார் என்பது அய்யத்திற்குரியதே என்பதையும் நாங்கள் சொல்ல முடியும்" என்பது உச்ச நீதிமன்றத் தீர்ப்பு.

காவல்துறை சார்பாக 80சாட்சிகள் விசாரிக்கப்பட்டனர். இவர்களில் ஒருவர் கூட அஃப்சலுக்கு ஏதேனும் ஒரு பயங்கரவாத அமைப்புடன் தொடர்பு இருந்ததாகக் குற்றம் சாட்டவில்லை. உண்மைகள் இப்படி இருந்தும் கூட காவல்துறையும் ஊடகங்களில் ஒரு சிலவும் இன்னும் அஃப்சலை ஒரு *JeM* (ஜய்ஷ்-ஏ-முகம்மத்) உறுப்பினர் (*activist*) என்றே குறிப்பிடுகின்றன. சிறப்புப் பிரிவிலுள்ள மத உணர்வு கொண்ட, ஊழல் பேர்வழிகளான சில அதிகாரிகள் மேற்கொண்ட இத்தகைய பொய்யான, சட்ட விரோதப்

புலனாய்விற்கு அஃப்சல் தன் உயிரை விலையாகக் கொடுக்க வேண்டுமா? முக்கிய புலனாய்வு அதிகாரியான (ஏ.சி. பி.) ரஜ்பீர் சிங், கடுமையான ஊழல் குற்றச்சாட்டுகளின் பேரில் இன்று சிறப்புப் பிரிவிலிருந்து நீக்கப்பட்டுள்ளது குறிப்பிடத்தக்கது. இந்த ரஜ்பீர் சிங் இந்நூல் வெளியிடப்பட்ட சில ஆண்டுகளுக்குப் பின் தனது ரியல் எஸ்டேட் வியாபாரத் தகராறு ஒன்றில் சுட்டுக் கொல்லப்பட்டான். - அ.மா) இன்னொரு அதிகாரியும் கூட ஊழல் குற்றச்சாட்டின் பேரில் இன்று கைது செய்யப்பட்டுள்ளார்.

அபூர்வங்களிலும் அபூர்வமான வழக்கு

இந்தியச் சட்டத்தின் கீழ் அபூர்வங்களின் அபூர்வமான வழக்கில் மட்டுமே மரண தண்டனை வழங்க முடியும். அஃப்சல் மீது சாட்டப்பட்டுள்ள குற்றச்சாட்டு கடுமையானது (serious) என்பதில் அய்யமில்லை. ரொம்பக் கடுமையானதுதான். ஆனால் குற்றச்சாட்டு எத்தனை கடுமையானது என்பதல்ல பிரச்சினை. அஃப்சலுக்கு இதில் என்ன பங்கு என்பதும் இயற்கைவிதி மற்றும் சட்ட நியாயங்களின்படி இம் மரண தண்டனை வழங்கப்பட்டுள்ளதா என்பதுமே கேள்வி.

அஃப்சலுக்கு எதிராக நேரடி சாட்சியம் ஏதுமில்லை என்பதைச் சுட்டிக் காட்டியுள்ள உச்ச நீதிமன்றம் இந்த ஊழல் அதிகாரிகளின் மீதும், அவர்களின் பொய்யான, சட்ட விரோதமான புலனாய்வுக்காக எந்தக் கண்டனமும் தெரிவிக்கவில்லை. இருந்தபோதிலும் இன்று அது இந்த மரண தண்டனையை உறுதிசெய்துள்ளது. ஏனெனில் இந்தியக் குடிமக்களின் உணர்வுகளைத் தணிப்பதற்கு அஃப்சல் மரண தண்டனைக்கு உள்ளாக்கப்படுவது அவசியம் என அது நம்புகின்றது.

தீர்ப்பிலிருந்து ஒரு வாசகம்

"பலரும் மரணமடைவதற்கும் பெரும் இழப்புகளுக்கும் காரணமான இந்தச் சம்பவத்தால் இந்தத் தேசம் முழுவதும்

அதிர்ச்சியடைந்துள்ளது. குற்றவாளிக்கு மரண தண்டனை அளிக்கப்படுவதன் மூலமே சமூகத்தின் கூட்டு மனசாட்சி திருப்தியுறும். சமூக ஒற்றுமை, தேச ஒருமைப்பாடு, இந்தியாவின் இறையாண்மை ஆகியவற்றிற்கு எதிராக இந்தப் பயங்கரவாதிகள் மற்றும் சதிகாரர்கள் முன்வைத்துள்ள இச்சவாலை, இந்தத் துரோக நடவடிக்கையின் சதிகாரன் என நிறுவப்பட்டுள்ளவனுக்கு உச்சபட்ச தண்டனையை அளிப்பதன் மூலமே ஈடுசெய்ய முடியும். மனுதாரர் ஒரு சரணடைந்த தீவிரவாதி; தேசத் துரோக நடவடிக்கைகளைத் தொடரும் மனநிலையுடையவன். இவன் ஒரு சமூகத் தீமை. இவன் இல்லாதொழிக்கப்பட வேண்டும். எனவே நாங்கள் இம் மரண தண்டனையை உறுதிசெய்கிறோம்.”

தன் மீது சாட்டப்பட்டுள்ள குற்றத்திற்கு எதிராகத் தன்னைத் தானே காத்துக்கொள்வதற்கும் கூட அனுமதிக்காமல் சக குடிமகன் ஒருவனைத் தூக்கில் தொங்கவிடுவதன் மூலமாகத்தான் இந்திய மக்களின் கூட்டு மனசாட்சி திருப்தியுறுமா?

போலீஸ் விசாரணையின் போது (interrogation) வழக்கறிஞரின் உதவியைப் பெறுவதற்கு அஃப்சல் அனுமதிக்கப்படவில்லை என்பதை உச்ச நீதிமன்றம் கவனத்தில் எடுத்துக்கொண்டுள்ளது. “விசாரணையின் போது வழக்கறிஞரின் உதவி பெறுவதென்பது காவலில் வைக்கப்பட்டுள்ளவரைச் சுற்றியுள்ள அச்சுறுத்தும் சூழலை ஒருவகையில் ஈடுசெய்வதாகவும், அவரது உரிமைகள் மற்றும் காவல்துறையின் கடமைகள் குறித்த ஒரு வழிகாட்டலை அவருக்கு அளிப்பதாகவும் அமையும்” என்பதை நீதிமன்றம் ஏற்றுக்கொண்டது.

அஃப்சலுக்கு சட்ட உதவி மறுக்கப்பட்டமை

பொருளாதார ரீதியாக ஓர் ஏழைக் குடும்பத்தைச் சேர்ந்தவர் அஃப்சல். வழக்கறிஞரை வைத்துக்கொள்ளும் அளவிற்கு அவருக்கு வசதியில்லை. குற்றம் சாட்டப்பட்ட நால்வரில் தண்டனை வழங்கப்படக்கூடிய சாத்தியம் அதிகம் உள்ளவராக இருந்தபோதிலும் அஃப்சலுக்கு மட்டுமே வழக்கறிஞர்

யாருமில்லை. தனக்கு ஒரு வழக்கறிஞரை நியமிக்குமாறு அவர் சிறப்பு நீதிமன்றத்தைக் கேட்டுக் கொண்டார். எட்டு வழக்கறிஞர்களின் பெயர்களடங்கிய பட்டியலொன்றையும் அவர் தந்திருந்தார். எனினும் தேசத் துரோகிகள் எனத் தாங்கள் அழைக்கப்பட நேருமோ என்கிற அச்சத்தின் விளைவாக அவ்வழக்கறிஞர்கள் அவருக்காக வாதிடுவதற்கு மறுத்து விட்டனர். மூத்த வழக்கறிஞரும் பாராளுமன்ற உறுப்பினருமான ராம் ஜெத் மலானி அவர்கள் கீலானிக்காக வாதிட முன்வந்தபோது, சிவசேனைக் குண்டர்கள் அவரது மும்பை அலுவலகத்தைச் சூறையாடினர். இந்து பாசிச சக்திகளின் தேச பக்தி இப்படியாகத்தான் உள்ளது.

இறுதியாக 2002, ஜூலை 12ம் தேதி அன்று சிறப்பு நீதிமன்ற நீதிபதி ஒரு இளம் வழக்குரைஞரை சட்ட உதவுனராக (amicus curiae) நியமித்தும், சாட்சிகளைக் குறுக்கு விசாரணை செய்ய அஃப்சலுக்கு உரிமை அளித்தும் ஆணை ஒன்றை இட்டார். கிரிமினல் விசாரணை என்பது குற்றவியல் சட்ட அறிவைக் கோரும் ஒரு விஷயம் என்பதையும், ஒரு சாதாரண மனிதன் சட்ட உதவியின்றி குறுக்கு விசாரணை செய்ய முடியாது என்பதையும் எல்லோரும் அறிவர்.

அஃப்சல் சட்ட உதவி பெறுவதற்கு முயற்சித்தார். எஸ். ஏ.ஆர். கீலானியைக் காப்பாற்றுவதற்காக அமைக்கப்பட்ட அகில இந்தியக் குழுவிற்கும், உச்ச நீதிமன்றத்தில் அவருக்காக வாதாடிய வழக்கறிஞருக்கும் அவர் எழுதிய கடிதங்களை வாசித்தால் சட்டபூர்வமாகத் தன்னைக் காத்துக்கொள்ளும் அவரது முயற்சிகள் எவ்வளவு குரூரமாக மறுக்கப்பட்டன என்பது விளங்கும்.

அஃப்சலின் இந்த வேதனைக் கதைக்குச் செவிசாய்க்காமலேயே அவரைத் தூக்கிலிடுவதன் மூலம் தேசியத்தை உறுதிசெய்ய முடியும் என ஊடகத்தின் ஒரு பிரிவினரும் இந்து பாசிஸ்டுகளும் நினைக்கின்றனர். 'பயங்கரவாதத்திற்கெதிராக' அமெரிக்கா நடத்திக்கொண்டிருக்கும் போர் உமிழ்ந்துள்ள இஸ்லாமிய வெறுப்புக் கருத்தியலுக்கு பலியானவர்களே இவர்கள். ஆனால்

எல்லை கடந்த பயங்கரவாத நடவடிக்கைகளுக்காக ஸ்காரியா மஞ்சோயியை விசாரிக்கும் அமெரிக்க நீதிபதிகள் ஒப்பீட்டளவில் அதிக இரக்கத்துடன் நடந்துகொண்டுள்ளது கவனத்திற்குரியது. செப்டம்பர் 11, 2001இல் நடைபெற்ற இரட்டைக் கோபுரத் தாக்குதல் சதியில் ஈடுபட்டிருந்த போதிலும் ஸ்காரியாவிற்கு மரண தண்டனை வழங்கப்படவில்லை. ஏன் தெரியுமா? "மோசமான குடும்பச் சூழலின் விளைவாக அவர் அனாதை இல்லங்களில் வளர்க்கப்பட்டார். நிலையற்ற குழந்தைப் பருவமே அவருக்கு உரியதாயிற்று. உறுதியற்ற குடும்ப வாழ்வு, உணர்வு ரீதியாகவும், பொருளாதார ரீதியாகவும் ஆதரவற்ற தன்மை, இறுதியில் தாயுடன் ஏற்பட்ட விரோதம் ஆகியவற்றால் குடும்பத்தை விட்டு அவர் வெளியேறினார்" என்றெல்லாம் காரணங்கள் கூறப்பட்டன.

ஸகாரியாவின் கதைக்கு அமெரிக்க நீதிமன்றம் செவி சாய்த்தது போல, அஃப்சலின் கதையை நமது நீதிமன்றங்கள் கேட்டிருக்குமானால், காஷ்மீர் பள்ளத்தாக்கின் கதையிலிருந்தும், ஒடுக்குமுறை, வல்லாதிக்கம் ஆகியவற்றின் ஊடான அதன் வதைக்கப்பட்ட வரலாற்றிலிருந்தும் அஃப்சலின் கதையைப் பிரித்துத் தனியே பார்க்க இயலாது என்பதைப் புரிந்துகொண்டிருக்கும். இந்திய அரசுக்கும் காஷ்மீர மக்களுக்குமிடையிலான மோதலின் அரசியல் பின்னணியைக் கணக்கிலெடுக்காமலும் புரிந்துகொள்ளாமலும் முகம்மத் அஃப்சலுக்கு நீதி வழங்குவது சாத்தியமில்லை.

அஃப்சலின் கதை

2004 அப்டோபர் 21ஆம் தேதி 'காஷ்மீர் டைம்ஸ்' இதழ் அஃப்சல் மனைவி தபஸ்ஸுமின் விண்ணப்பத்தை வெளியிட்டிருந்தது. அந்தக் கடிதத்தை எங்களின் வெளியீட்டில் இணைத்துள்ளோம். அதிலிருந்து காஷ்மீர மக்களைச் சூழ்ந்துள்ள துயரை நீங்கள் புரிந்துகொள்ள முடியும்.

உச்ச நீதிமன்றத்தில் தனக்காகத் தோன்றிய மூத்த வழக்கறிஞர் சுஷில்குமாருக்கு எழுதிய நீண்ட கடிதத்தில் அந்த உண்மைகளை

அஃப்சலும் உறுதி செய்துள்ளார். எனினும் இந்தக் கடிதங்களில் கண்டுள்ள உண்மைகள் நீதிமன்றங்களுக்கு முன் இதுவரை பதிவு செய்யப்பட்டதே இல்லை.

அஃப்சல் மற்றும் தபஸ்ஸுமின் வாழ்க்கைகளை அறியும்போது தான் இந்த மரண தண்டனைக்கு எதிராக, காஷ்மீர மக்கள் எத்தனை தூரம் கொதித்துப்போயிருக்கிறார்கள் என்பது நமக்கு விளங்கத் தொடங்கும். இம்மரண தண்டனைக்கெதிரான தமது ஆத்திரத்தையும், எதிர்ப்பையும், வேதனையையும் வெளிப்படுத்துவதற்காக காஷ்மீர மக்கள் இன்று வீதிகளில் குவிந்துகொண்டுள்ளனர். காஷ்மீர மக்களைப் பொறுத்த மட்டில், இந்திய அரசின் காஷ்மீர்க் கொள்கைக்கு எதிரான ஒரு குறியீடாகவே அஃப்சல் இன்று மாறியுள்ளார். காஷ்மீரத் தலைவர்களால் நிறைவேற்றிக் கையெழுத்திடப்பட்ட ஒரு தீர்மானமும் இங்கே தொகுக்கப்பட்டுள்ள ஆவணங்களில் ஒன்றாக அமைந்துள்ளது. காஷ்மீர மக்களின் உணர்வுகளை அது எதிரொலிக்கிறது.

1980களில் இந்திய அரசு எவ்வாறு மக்பூல்பட்டைத் தூக்கிலிட்டுக் கொன்றது என்பதை காஷ்மீர மக்களுக்கு மீண்டும் ஒரு முறை நினைவூட்டுகிறது அஃப்சலுக்கு வழங்கப்பட்டுள்ள இம்மரண தண்டனை. இந்த மரண தண்டனைக்குப் பின்னரே காஷ்மீரிகள் ஆயுதந் தாங்கிய போராட்டத்தைத் துவங்கினார். கருத்தியல் ரீதியாக வேறுபட்டுள்ள காஷ்மீரிகள் எல்லோரையும் இன்று அஃப்சலுக்கு வழங்கப்பட்டுள்ள மரண தண்டனை ஒன்றிணைத்துள்ளது.

அரசின் பழிவாங்கலும், நீதிமன்றத்தின் மூலம் செய்யப்படுகிற கொலையும் காஷ்மீர மக்களுக்கு என்றும் நீதியை வழங்கிவிட இயலாது, காஷ்மீரப் பள்ளத்தாக்கிலும் நமது நாட்டிலும் அமைதியை நிலைநாட்டிவிட முடியாது என்பதைப் புரிந்துகொண்டு, பழைய தவறுகளிலிருந்து பாடம் கற்றுக் கொள்வது புத்திசாலித்தனமில்லையா? முகம்மத் அஃப்சலின் உயிரைக் காப்பாற்றுவதற்காக நிகழ்த்தும் போராட்டம் இந்திய

ஜனநாயகத்திலுள்ள அர்த்தமுள்ள நல்ல அம்சங்களுக்காக நடத்தும் போராட்டம். ஆனால் பழிவாங்கும் நோக்கிலும், மரண தண்டனையை நிறைவேற்றியே ஆக வேண்டும் எனவும் எழுப்பப்படும் குரல்கள் இந்திய அரசிலும் சிவில் சமூகத்திலும் படிந்துள்ள மனிதாயமற்ற எதேச்சதிகாரப் பண்புகளின் வெளிப்பாடே.

அஃப்சலின் கதையை அவரது சொற்களிலேயே வாசியுங்கள். என்ன மாதிரியான சமூகத்தில் நீங்கள் வாழ விரும்புகிறீர்களெனத் தீர்மானியுங்கள்.

நந்திதா ஹஸ்கர்
புதுடில்லி, அக்டோபர் 2006

அஃப்சலின் மரண தண்டனையை எதிர்த்து
அ. மார்க்ஸ் எழுதியது

மேன்மை தங்கிய குடியரசுத் தலைவர் அவர்களே!

நான் இதை அக்டோபர் 20, காலை 4 மணிக்கு எழுதத் தொடங்கியுள்ளேன். அஃப்சலின் உயிருக்காகக் குடியரசுத் தலைவரிடம் கருணை மனு மட்டும் சமர்ப்பிக்கப்பட்டிராவிட்டால் இந்நேரம் அவர் தூக்கில் தொங்க விடப்பட்டிருப்பார். திஹார் சிறையின் மரணக் குழியில் துள்ளத் துடிக்க அவர் உடலிலிருந்து உயிர் பறிக்கப்பட்டிருக்கும். இந்தப் பரிதாபத்திற்குரிய உயிரைப் பறித்ததன் மூலம் சட்டத்தின் ஆட்சியை நிலைநாட்டிவிட்டதாகவும், பாராளுமன்றத்தின் முக்கியத்துவத்தையும் தேசத்தின் பாதுகாப்பையும் காப்பாற்றிவிட்டதாகவும் இந்திய அரசின் இரும்பு மனம் இன்னொரு முறை பெருமிதப்பட்டிருக்கும். ஆதரவற்ற இந்த அஃப்சலின் உயிரை பலி கொட்டு இந்தியா முழுமையும் இயக்கங்கள் நடத்திய இந்துத்துவப் பரிவாரங்கள் இனிப்பு வழங்கிக் குதூகலித்திருப்பர்.

இந்த நிகழ்வுகள் அனைத்தும் இன்று முழுமையாக ரத்தாகிவிடவில்லை. தற்காலிகமாக ஒத்திவைக்கப்பட்டுள்ளன. ஒருவேளை, மேன்மை தங்கிய நமது குடியரசுத் தலைவர் தனது கருணையை - தேசப் பாதுகாப்பின் பெயரில் வெளிப்படுத்த மறுப்பாரேயானால் இவை எதார்த்தமாய் நம் கண் முன் நிறைவேறும்.

இன்னும் எனக்கு நினைவிலுள்ளது. எண்பதுகளின் இறுதியில் அப்போது எனக்கு 39 வயது - இந்திரா காந்தியின் கொலையில் தொடர்புடையவர் என கேஹர் சிங் என்பவர், அஃப்சலைப் போலவே நேரடி சாட்சியங்கள் ஏதுமின்றிக் குற்றம் சாட்டப்பட்டு தூக்கு மர நிழலில் நின்றிருந்தார். இந்தியா முழுவதும் மனித உரிமையாளர்கள் கேஹரின் மரண தண்டனையை ரத்து செய்யக் கோரி இயக்கம் நடத்தினர். காரணம் ஏதும் சொல்லாமலேயே கருணை மனுவை நிராகரித்தார் குடியரசுத் தலைவர். கேஹர் சிங்கின் குடும்பத்தாரைச் சந்திக்கவும் குடியரசுத் தலைவருக்கு அனுமதி மறுத்தது மத்திய அமைச்சரவை. காரணம் சொல்லாமல் மனுவை மறுத்ததையும், குடும்பத்தாரைச் சந்திக்க மறுத்ததையும் கேள்விக்குள்ளாக்கிய கேஹர் சிங்கின் முறையீட்டை ஏற்க மறுத்தது உச்ச நீதிமன்றம் (1989). சட்டத்தின், எல்லா வாயில்களும் அடைக்கப்பட்டு, கருணையின் எல்லாக் கதவுகளும் சாத்தப்பட்டு கேஹர் சிங் தூக்கில் தொங்குவதற்கான நாள் குறிக்கப்பட்டது. அவருக்கான தூக்கிலிடுபவரைப் பற்றியும், தூக்குக் கயிறு தயாரிப்பு குறித்தும் பத்திரிகைகள் எழுதியதை எல்லாம் அப்போது நெஞ்சுறைய வாசிப்பேன். அவர் தூக்கிலிடப்பட்ட நாள் இரவு முழுமையும் எனக்குத் தூக்கமில்லை. அந்த இரவு அதிகாலை அவர் உயிர் பறிக்கப்பட்ட காட்சியை நான் இங்கே மனக் கண்ணில் வாசித்துக் கலங்கியிருந்தேன். கேஹர்சிங் சாகும் வரை தூக்கில் தொங்கவிடப்பட்டார். ஒரு பிரதமரைக் கொல்வதென்ன சாதாரண காரியமா? கொலையாளிகள் இருவரும் கொலை நடந்த இடத்திலேயே கொல்லப்பட்டிருந்தாலும் கூட சட்டம் சும்மா இருக்க முடியுமா? அப்படி இருந்தால் அதற்குப் பெயர் சட்டம் ஒழுங்கு நிறைவேற்றமா? கொலைக்குக் கொலை என

யாரையாவது ஒருவரையேனும் பிடித்துத் தூக்கிலிட்டால்தானே இங்கே அரசு இருப்பது உறுதியாகும்.

கேஹார்சிங் தூக்கிலிடப்பட்ட அதே நேரத்தில் திஹார் சிறையின் இரும்புக் கதவுகளுக்கும் கடுங்காவல்களுக்கும் அப்பால் அவரது குடும்பத்தினர் கதறி அழுது நின்ற காட்சி அடுத்த நாள் பத்திரிகைகளில் விவரிக்கப்பட்டிருந்தது.

சட்டத்தின் பெயரால், மனித உயிரொன்றை நாள் குறித்து நேரம் சொல்லிக் கொல்வதென்பது எத்தனை பெரிய கொடூரம். அவனது தூக்காளி பற்றியும், தூக்குக் கயிறு தயாரிக்கும் விதம் பற்றியும் பத்திரிகைகளில் எழுதி, கயிறு தாங்குமா என்பதை அறியவும் தூக்குத் தொலைவை நிர்ணயிப்பதற்காகவும் தண்டனைக்குக் காத்திருப்பவரின் உடல் எடை, உயரம் முதலியவற்றை முதல் நாள் அளவிடுவதும், விருப்பமான உணவு என்ன எனக் கேட்பதும் - ஆகா, என்ன முரண் நகை - மனித கண்ணியத்திற்கு இழைக்கப்படும் எத்தனை பெரிய அவமானங்கள். பெற்றோர், மனைவி, பிள்ளைகள் அந்தக் கணத்தை நோக்கிக் காத்திருக்கையில் அடைகிற மனச்சிதைவை யார் சரிசெய்ய இயலும்?

எனது வாழ்நாளில் இதுபோன்ற மரண தண்டனைகள் பலவற்றால் நான் பாதிக்கப்பட்டுள்ளேன். போராளியும் கவிஞருமான மஹபூல் பட், இரண்டு குழந்தைகளைக் கொலை செய்த பில்லா மற்றும் ரங்கா, பாகிஸ்தான் அதிபராக இருந்த ஸுல்ஃபிகார் அலி பூட்டோ, குழந்தையொன்றை பாலியல் வன்முறைக்குள்ளாக்கிக் கொலை செய்த தனஞ்சய் சட்டர்ஜி - இவர்களின் உயிர் பறிக்கப்பட்ட நிகழ்வுகள் மனசில் கருந்திட்டுகளாய் உறைந்துள்ளன.

இன்று 128 நாடுகள் மரண தண்டனையை ஒழித்துக் கட்டியுள்ளன. உலகெங்கிலுமுள்ள மனித உரிமை ஆர்வலர்கள் மரண தண்டனைக்கு எதிராகக் குரல் கொடுத்து வருகின்றனர். ராஜீவ் கொலையில் குற்றம் சாட்டப்பட்டவர்களுக்கு வழங்கப்பட்ட மரண தண்டனையை எதிர்த்து தமிழகத்தில்

பெரும் இயக்கம் நடத்தப்பட்டது.

இப்படி மரண தண்டனை நாகரிக உலகிற்குப் பொருத்தமற்ற கொடூரம் என்கிற அடிப்படையில், நாம் இன்று பாராளுமன்றத் தாக்குதல் வழக்கில் குற்றம் சாட்டப்படும் தூக்குத் தண்டனை விதிக்கப்பட்டுமுள்ள முகம்மத் அஃப்சல் குருவுக்கு விதிக்கப்பட்டுள்ள மரண தண்டனையை எதிர்க்கிறோம்.

மரண தண்டனை மனித கண்ணியத்திற்கு எதிரானது என்பதற்காக மட்டும் நாம் அஃப்சலுக்கு வழங்கப்பட்டுள்ள தண்டனையை எதிர்க்கவில்லை. இதையும் தவிர அஃப்சலுக்கு வழங்கப்பட்டுள்ள தண்டனை மிகவும் அநீதியானது என்பதற்காகவும் எதிர்க்கிறோம். இதை இங்கு வலியுறுத்துவது முக்கியம். அஃப்சல் தொடர்பான இந்த ஆவணத் தொகுப்பு இதைத்தான் சொல்கிறது. விரிவான காரணங்கள் உள்ளே திரும்பத் திரும்பச் சொல்லப்பட்டுள்ளன. மீண்டும் ஒரு முறை இங்கே விவரிக்கத் தேவையில்லை.

சென்ற 2001 டிசம்பர் 13 காலை 11.30 மணி அளவில் பாராளுமன்றத்தின் குளிர்காலத் தொடர் ஒன்றின்போது, வேகமாகப் பாராளுமன்ற வளாகத்திற்குள் நுழைந்த வெடிகள் பொருத்தப்பட்ட ஒரு வெள்ளை அம்பாசிடரிலிருந்து குதித்த ஆயுதம் தாங்கிய தீவிரவாதிகள் ஐவர் தாக்குதலைத் தொடங்கினர். நடைபெற்ற துப்பாக்கிச் சண்டையில் அந்த ஐவரும் கொல்லப்பட்டனர். பாதுகாப்புப் படை வீரர்கள் எட்டுப் பேரும் தோட்டக்காரர் ஒருவரும் இச்சண்டையில் பலியாயினர்.

பாராளுமன்றத் தாக்குதல் என்பது இந்திய ஜனநாயகத்தின் மீதும், அரசியல் சட்டத்தின் மீதும் தொடுக்கப்பட்ட பெருந்தாக்குதல் எனக் கண்டிக்கப்பட்டது. அமெரிக்காவின் 'டிசம்பர் 11' க்கு இணையாக இந்த 'செப்டம்பர் 13' முன்வைக்கப்பட்டது.

கொலையுண்ட பயங்கரவாதிகள், இந்தியக் காவல் துறையினர் துப்புத் துலக்குவதற்கு எளிதாக, வழக்கத்திற்கு விரோதமாக, எல்லாவிதமான ஆதாரங்களையும் தங்கள் சட்டைப்

பையிலேயே வைத்திருந்தனர். செல்போன்கள், புகைப்படங்கள், முக்கிய போன் எண்கள், அடையாள அட்டைகள் முதலியன. இப்படியான ஒரு தாக்குதலுக்கு வரும் பயங்கரவாதிகள் இப்படிச் சட்டைப் பைகளில் தங்களை அடியாளப்படுத்தும் முக்கிய ஆவணங்களை வைத்திருப்பார்களா என்கிற கேள்வியை ஒதுக்கிவிட்டு மேலே செல்வோம்.

விரைவில் நால்வர் கைது செய்யப்பட்டனர். முகம்மது அஃப்சல் குரு, அவரது உறவினர்களான ஷவ்கத் குரு, ஷவ்கத்தின் மனைவி நவ்ஜோத், டெல்லி பல்கலைக்கழக உதவிப் பேராசிரியர் எஸ். ஏ. ஆர். கீலானி ஆகியோரே அவர்கள். இன்று இந்த வழக்கிலிருந்து நவ்ஜோத், கீலானி இருவரும் விடுதலை செய்யப்பட்டுள்ளனர். இவர்களில் கீலானி கீழ் நீதிமன்றத்தில் மரண தண்டனை விதிக்கப்பட்டு உச்ச நீதிமன்றத்தில் விடுதலை செய்யப்பட்டார். முகம்மது அஃப்சலுக்கு மட்டும் இன்று மரண தண்டனை உறுதிசெய்யப்பட்டுள்ளது.

பாராளுமன்றத் தாக்குதலைத் திட்டமிட்ட முக்கிய மூளைகள் (master minds) என காவல்துறை சுட்டிக் காட்டும் பட்டியலில் இந்நால்வரும் கிடையாது என்பது குறிப்பிடத்தக்கது. அவர்கள் சுட்டிக்காட்டும் மூன்று பயங்கரவாதிகளும் இன்று பாகிஸ்தானில் பத்திரமாக உள்ளனர்.

ஆட்சியிலிருந்த வாஜ்பேயி அரசாங்கம் இதை ஒரு உணர்ச்சிபூர்வமான வழக்காக்கியது. அந்தத் தேவை அதற்கிருந்ததை விளக்கவேண்டியதில்லை. தாக்குதல் நடைபெற்றபோது பாராளுமன்றத்தில் வாஜ்பேயி அரசுக்கு எதிரான ஊழல் குற்றச்சாட்டு விவாதிக்கப்பட்டுக் கொண்டிருந்தது குறிப்பிடத்தக்கது. எனவே யாராவது ஒருவரையாவது பிடித்துக் கடும் தண்டனைக்கு உள்ளாக்குவது அவசியம் என்ற நிலை ஏற்பட்டிருந்தது.

வழக்கம் போல காவல்துறை இவ்வாறு இவ்வழக்கு உணர்ச்சியூட்டப்படுவதற்குத் (sensationalize) தூபமிட்டது. வழக்கம் போல, பத்திரிகைகள் காவல்துறையுடன் இணைந்து,

இழைந்து, உறவாடி உதவி செய்தன. வழக்கம் போல, நீதிமன்றம் தீர்ப்பளிக்கும் முன்னதாகவே ஊடகங்கள் தீர்ப்பளித்தன. கொலைச் சதிக்கும் அஃப்சலுக்கும் தொடர்பு இருந்ததற்கான நேரடிச் சாட்சியங்கள் ஏதுமில்லை என்பதை நீதிமன்றமே இன்று ஏற்றுக்கொண்டுள்ளது. எனினும் கூட ஊடகங்கள் அஃப்சலை master mind என்றே குறிப்பிட்டன. பத்திரிகையாளன் என்கிற போர்வையில் உலாவரும் குருமூர்த்தி போன்ற ஆர்.எஸ்.எஸ். தீவிரவாதிகள் இன்றளவும் அப்படியே எழுதுகின்றனர்

அஃப்சலின் கதையை அறிந்தால் அவர் இவ்வழக்கில் எவ்வாறு இந்திய உளவுத் துறையால் சிக்கவைக்கப்பட்டார் என்பது விளங்கும். சரியாகச் சொல்லப்போனால் இந்தப் பாராளுமன்றத் தாக்குதலே உளவுத்துறையால் நிறைவேற்றப்பட்ட ஒரு நாடகமோ என்கிற அய்யமும் கூட ஒருவருக்கு எழுவது இயல்பு. இப்படியான நாடகங்களையும், 'என்கவுண்டர்'களையும், தாக்குதல்களையும் நடத்தி அறியாதவையா நமது உளவுத் துறைகள். சில ஆண்டுகளுக்கு முன்னர் பட்டப் பகலில் டெல்லி அன்சர் பிளாசாவில் அரை மயக்க நிலையில் காரிலிருந்து இறக்கப்பட்ட 'பயங்கரவாதி' ஒருவர் தன் கண் முன் சுட்டுக் கொல்லப்பட்டதை நேரில் கண்ட மருத்துவர் ஒருவர் சாட்சி சொல்லவில்லையா? தாக்குதலுக்கு ஆயுதத்துடன் வந்த தீவிரவாதி மோதலில் கொல்லப்பட்டதாகத்தானே காவல்துறையும் பத்திரிகைகளும் கதை விரித்தன.

இந்த அய்யத்தை நாம் பெரிதுபடுத்த வேண்டாம். பாராளுமன்றத் தாக்குதல் உண்மை என்றே கொள்வோம். இந்திய ஜனநாயகத்தின் மீது நடைபெற்ற பெருந்தாக்குதல் என்றே அதைக் கண்டிப்போம். இது மிகவும் சீரியஸான ஒரு வழக்கு என்றே ஏற்றுக் கொள்வோம். முக்கியமான வழக்கு என்பதாலேயே இது மிகவும் கவனமாக விசாரிக்க வேண்டிய வழக்காகவும் உள்ளது. ஆனால் அஃப்சலுக்கு எதிரான வழக்கு விசாரணை எத்தனை அபத்தமாக, அநீதியாக, ஒருதலைப் பட்சமாக நடத்தப்பட்டது என்பதைக் கிடைக்கும் ஆவணங்கள் பறைசாற்றுகின்றன.

கீழ் நீதிமன்றத்தில் சாட்சியங்களைக் குறுக்கு விசாரணை செய்யவோ வாதிடவோ வழக்குரைஞர் இல்லை. பின்னர் நியமிக்கப்பட்ட வழக்குரைஞரோ துரோகம் செய்கிறார். உச்ச நீதிமன்றத்தில் ஒரு நல்ல வழக்குரைஞர் கிடைக்கும்போது நிலைமை கைமீறிப் போய்விடுகிறது. ஏற்கனவே வழக்கு மிகவும் பலவீனப்படுத்தப்பட்டுவிடுகிறது. அஃப்சலிடம் சொல்வதற்கு ஒரு வரலாறு உண்டு. அதை நீதிமன்றம் கடைசி வரை கேட்கவில்லை.

இது ஒருதலைப்பட்சமான விசாரணை அல்லவா? மரணதண்டனை போன்ற திருப்பி இயக்க முடியாத, திருத்திக் கொள்ள முடியாத ஒரு தண்டனை இத்தனை பொய்யான நீதி விசாரணைகளின் அடிப்படையில் வழங்கப்பட்டது சரிதானா?

அஃப்சல் இந்த வழக்கில் வேண்டுமென்றே உளவுத்துறையால் சிக்க வைக்கப்படவில்லை, அவருக்குத் தீவிரவாதிகளுடன் ஏதோ ஒரு வகையில் தொடர்பு இருந்தது என்றே கூட வைத்துக்கொள்வோம். போலிசின் இந்தக் கதையை அப்படியே நாம் ஏற்றுக்கொண்டால் கூட அஃப்சலுக்கு வழங்கப்பட்டுள்ள இந்தத் தண்டனை அவரது 'குற்றச் செயலுக்குப் பொருத்தமுடையதுதானா (proportion- ate)? தீவிரவாதத் தொடர்புக்கு நேரடி சாட்சியமில்லை, சந்தர்ப்ப சூழல் சாட்சியங்கள் மட்டுமே உண்டு என உச்ச நீதிமன்றமே சொல்கிறது. சொல்லிவிட்டு அடுத்த கணமே கூசாமல் மரண தண்டனை என்கிறது. பாராளுமன்றத் தாக்குதலால் அதிர்ச்சியடைந்துள்ள தேச மக்களின் கூட்டு மனத்தைத் திருப்திப்படுத்த அஃப்சலை மரணக் கொட்டிலுக்கு அனுப்புகிறேன் என வெளிப்படையாகவே அறிவிக்கின்றனர் நீதியரசர்கள். இதெல்லாம் என்ன?

தேச பக்தி அரசியல் நடத்தும் கட்சிகள், பொய்க்கும் புனைசுருட்டுக்கும் பொறுபெற்ற உளவுத் துறைகள், இவர்களுடன் கூட்டணி வைத்து இயங்கும் ஊடகங்கள் இவற்றால் இங்கே ஒரு 'கூட்டு மனம்' கட்டமைக்கப்படுகிறது. பின் இந்தக் கூட்டு

மனம் உணர்ச்சியூட்டப்பட்டு சாமியாட வைக்கப்படுகிறது. சாமியாட்டத்தை ஏதேனும் ஒரு பலிகொடுத்துத்தானே தணிக்க வேண்டும்? அதற்காகவே அஃப்சல் போன்றோரின் ரத்தக் காவு தேவைப்படுகிறது. அதோ வேப்பிலை மஞ்சள் எல்லாம் பூசி அஃப்சல் என்கிற பலிகடா திஹார் சிறையின் கம்பிக் கதவுகளில் கட்டப்பட்டு நிற்கிறது. சுற்றிலும் ஆட்சிக் கட்டிலில் அமர்ந்துள்ளோரும், சங்கப் பரிவாரங்களும், உளவுத் துறையும், ஊடகங்களும் சாமியாட்டத்திற்கு வெறியுடன் வேப்பிலை அடித்துக்கொண்டிருக்கின்றன.

மேன்மை தங்கிய குடியரசுத் தலைவர் அவர்களே!

நீங்கள் கையை உயர்த்தினால், இல்லை கையைக் கழுவினால் போதும், பலி நிறைவேற்றப்படும். என்ன செய்யப்போகிறீர்கள்?

இந்த வழக்கு விசாரணையின் ஓட்டை, உடைசல்களை எல்லாம் இங்கே சொல்லிக்கொண்டிருக்கப்போவதில்லை. ஆனாலும் ஒன்றைச் சொல்ல வேண்டியிருக்கிறது. குடியரசுத் தலைவர் தன்னிடம் வந்துள்ள கருணை மனுவின் மீது முடிவெடுப்பதற்கு முன்பு சில சடங்குகள் உண்டு. கருத்தும் அறிவுரையும் கேட்டு அம்மனு உள்துறை அமைச்சகத்திற்கு அனுப்பப்படும். உள்துறை அமைச்சு அதைச் சட்ட அமைச்சகத்திற்கும், தொடர்புடைய மாநில அரசுக்கும் (இவ்வழக்கில் டெல்லி மாநில அரசு) அனுப்பும். இவை அனுப்பிய அறிக்கைகளின் அடிப்படையில் உள்துறை அமைச்சு தனது அறிவுரையை குடியரசுத் தலைவரிடம் அளிக்கும். குடியரசுத் தலைவர் இந்த அடிப்படையில் முடிவெடுக்க வேண்டும். ஒருவேளை இந்த அறிவுரையை அவர் ஏற்காத பட்சத்தில் மீண்டும் பரிசீலனை செய்யச் சொல்லி அதனைத் திருப்பி அனுப்பலாம். இதை எல்லாம் செய்து முடிப்பதற்கு எந்தக் காலக் கெடுவும் கிடையாது.

இரண்டு நாட்களுக்கு முன்பு (அக்டோபர் 17) சட்ட அமைச்சு தனது கருத்தைத் தெரிவித்துள்ளது. அது:

"கருணை மன்னிப்பு அளிப்பதற்கு சட்ட அடிப்படை ஏதுமில்லை. சரியான நீதி விசாரணை முறைகள் பின்பற்றப்பட்டுள்ளன. நேரடிச் சாட்சியங்கள் இல்லை என்றாலும் சந்தர்ப்ப சூழல் சாட்சியங்கள் உள்ளன."

இது ஒவ்வொன்றையும் நாம் மறுக்க முடியும். சட்ட அடிப்படை குறித்துப் பின்னர் பார்ப்போம். சரியான நீதி விசாரணை முறை பின்பற்றப்பட்டுள்ளதாக எப்படிச் சொல்கிறீர்கள்? குற்றம் சுமத்தப்பட்டவரின் கண் முன்னே சாட்சிகள் அப்பட்டமாகப் பொய் சொல்கின்றன. குறுக்கு விசாரணை செய்ய வழக்குரைஞர் இல்லை. நீதிமன்ற வளாகத்திலேயே போலிஸ் சாட்சியங்கள் அஃப்சலின் குடும்பப் பாதுகாப்பைச் சுட்டிக் காட்டி மிரட்டுகின்றன. பத்திரிகையாளர்கள் முன்பு அஃப்சல் போலிசால் மிரட்டப்பட்டு வாக்குமூலம் அளிக்க நிர்ப்பந்திக்கப்பட்டதைப் பதிவு செய்துள்ளார். இதை முறையான விசாரணை என எப்படிச் சொல்கிறீர்கள்?

நேரடிச் சாட்சியங்கள் இல்லை என்கிறீர்கள். சரி. அதென்ன சந்தர்ப்பவாத சாட்சியங்கள்? ஒரு லேப் டாப். 9811489429 என்கிற எண்ணுள்ள (அஃப்சலுடைய?) செல்போனிலிருந்து தாக்குதலின்போது கொல்லப்பட்ட ஐவர் கொண்ட பயங்கரவாதக் குழுவின் தலைவர் முகம்மதின் செல்போனுக்கு (எண். 9810693456) தாக்குதலன்று பேசப்பட்டதற்கான பதிவுகள், *DLO3 C) 1527* என்ற எண்ணுள்ள ஒரு கார் - கரோல்பாக்கிலுள்ள லவ்லி மோடார்ஸ் என்னும் கடையில் அஃப்சலால் இது வாங்கப்பட்டுள்ளது - இவைதான்.

ஷெவ்கத், அஃப்சல், கீலானி, முகம்மத் ஆகியோருக்கிடையே தாக்குதலுக்குச் சற்று முன்பு வரை செல்போன் தொடர்பு இருந்தது என்பதற்கு போலிஸ் தரப்பில் முன்வைக்கப்படும் சாட்சியம் சான்றளிக்கப்படாத சில கணினி அச்சுப் பதிவுகள் *(print outs)* தான். 'டெக்ஸ்ட் ஃபைல்' களாக சேமிக்கப்பட்ட 'பில்' பதிவுகளே அவை. இவற்றை எளிதில் மாற்றியமைக்க முடியும். ஒரே நேரத்தில் ஒரே 'சிம் கார்ட்' லிருந்து இரு

கால்கள் செய்யப்பட்டுள்ளன என இப்பதிவு தெரிவிக்கிறது. இரு வெவ்வேறு *IMEI* எண்ணுள்ள செல்போன்களிலிருந்து இவை பேசப்பட்டுள்ளன. அதெப்படி ஒரே 'சிம்கார்ட்' இரண்டு வெவ்வேறு செல்போன்களிலிருந்து ஒரே நேரத்தில் இயங்க முடியும்? பயங்கரவாதிகள் என்ன மந்திர சக்தி கைவரப் பெற்றவர்களா? அப்படி மந்திர சக்தி இருந்திருந்தால் ஏன் இப்படி உயிரைப் பணயம் வைத்து காரியங்களைச் செய்ய வேண்டும்?

மேற்குறிப்பிட்டது அஃப்சலின் போன் எந்தான் என்பதற்கு போலிஸ் அளிக்கும் ஒரே ஆதாரம் அவரது வாக்குமூலமே. இந்த வாக்குமூலம் எந்த நிலையில் அவரிடமிருந்து பெறப்பட்டது என்பது இச்சிறு நூலிலுள்ள ஆவணங்களின் மூலம் நீங்கள் அறியமுடியும். சண்டையில் கொல்லப்பட்ட பயங்கரவாதிகளின் அடையாள அட்டையின் பின்புறம் இந்த எண் இருந்ததாம். ஆகா! எவ்வளவு எளிதாக இந்தப் பயங்கரவாதிகள் மாட்டிக் கொள்கிறார்கள், காட்டிக்கொடுக்கிறார்கள்? இதை எல்லாம் நாம் நம்ப வேண்டும்.

நாம் நம்பாவிட்டால் என்ன, அதுதான் நீதிமன்றம் உள்ளதே, போலிஸ் சொல்லும் எல்லாவற்றையும் நம்புவதற்கு.

சரி. இந்த விஷயத்திலும் போலிஸ் சொல்வதை நாமும் கொஞ்சம் நம்புவோம். முகம்மதுடன் அஃப்சல் பேசினார் என்றே கொள்வோம். முகம்மதுக்கும் தனக்கும் எப்படித் தொடர்பு ஏற்பட்டது என்பது குறித்து அஃப்சல் ஒரு வரலாறு சொல்கிறாரே அதற்கு என்ன சொல்கிறீர்கள்? சரி, அதையும் புறக்கணித்துவிடுவோம். தனது செல்போனிலிருந்து எந்தெந்த எண்களுக்கெல்லாம் தான் பேசியுள்ளேன் என்பதை வெளிப்படுத்த முடியுமா என அஃப்சல் கேட்கிறார். போலிஸ் அதையாவது செய்யுமா? செய்யாது. ஏனெனில் அந்த எண்ணிலிருந்து முகம்மதுக்குப் பேசியதைக் காட்டிலும் அதிக எண்ணிக்கையில் போலிஸ் அதிகாரிகளுடன் பேசியதற்கான பதிவுகள்தான் அதில் இருக்கும்.

இதனால்தான் அஃப்சலின் மரண தண்டனைக்கு எதிராகப் போராடும் மனித உரிமை ஆர்வலர்கள் அஃப்சல் வழக்கு விசாரணை பற்றி விசாரிக்க ஒரு பாராளுமன்றக் குழு நியமிக்கப்பட வேண்டும் எனக் கேட்கிறார்கள்.

மேன்மை தங்கிய குடியரசுத் தலைவர் அவர்களே!

மனித உரிமை ஆர்வலர்களின் இந்த வேண்டுகோளைத் தயவு செய்து கவனத்தில் எடுத்துக்கொள்ளுங்கள்.

குடியரசுத் தலைவரின் மன்னிப்பு அளிக்கும் அதிகாரம் குறித்த ஒரு பிரச்சினையும் இன்று (அக்.11, 2006) மேலுக்கு வந்துள்ளது. அஃப்சலுக்கு மன்னிப்பு அளிப்பது குறித்து தேசிய அளவில் ஒரு விவாதம் நடைபெற்றுக் கொண்டுள்ள போது உச்ச நீதிமன்றம் வழங்கிய ஒரு தீர்ப்பில் இது பற்றிய ஒரு கருத்து வெளியிடப்பட்டுள்ளது. ஆளுநரோ இல்லை குடியரசுத் தலைவரோ கருணை மன்னிப்பு அல்லது தண்டனைக் குறைப்பு அதிகாரத்தைப் பயன்படுத்தும்போது வேறு புறக் காரணங்களின் (extraneous considerations) அடிப்படையில் அது செய்யப்பட்டிருந்தால் அதை மறுபரிசீலனை செய்யும் அதிகாரம் நீதிமன்றத்திற்கு உண்டு என்பதே அது. அஃப்சலுக்கு மன்னிப்பு அளிக்கக் கூடாது என இன்று இயக்கம் நடத்துவோர் இதைப் பூதாகரமாக்கி ஊதிப் பெருக்குகின்றனர். குடியரசுத் தலைவருக்கு உச்ச நீதிமன்றம் தெரிவித்துள்ள மறைமுகமான எச்சரிக்கை என்று கூறி அச்சுறுத்தலையும் செய்கின்றனர்.

இதுகுறித்து நாம் சிலவற்றைக் கவனத்தில் கொள்வது பயன் தரும். மன்னிப்பு மற்றும் தண்டனை குறைப்பு அதிகாரம் பற்றி உச்ச நீதிமன்றம் இப்படியான ஒரு கருத்தைத் தெரிவிப்பது இது முதல் முறை அல்ல. கேஹர் சிங் வழக்கு, பில்லா - ரங்கா வழக்கு, ஷெர்சிங் வழக்கு எனப் பலவற்றைச் சொல்ல முடியும். அவற்றைத் தொகுக்கும் முன் சமீபத்திய இந்த வழக்கைச் சற்றுப் பார்ப்போம். ஆந்திர மாநிலத்தில் நடைபெற்ற சம்பவம் இது. 1995ம் ஆண்டு. இன்றைய முதல்வர் ஒய்.எஸ்.ஆருக்கு வேண்டிய கவுரு வெங்கட ரெட்டி என்னும் ஒரு காங்கிரஸ்காரர் அரசியல்

விரோதம் காரணமாக இரண்டு தெலுங்கு தேச ஆட்களைக் கொன்றுவிடுகிறார். வெங்கட ரெட்டி உட்பட எட்டுப் பேருக்கு இவ்வழக்கில் ஆயுள் தண்டனை வழங்கப்பட்டு (2002), உயர் நீதிமன்றத்தாலும் அது உறுதி செய்யப்பட்டது. உச்ச நீதிமன்றமும் குற்றத்தை உறுதிசெய்து ஆயுள் தண்டனையை 10 ஆண்டு சிறையாகக் குறைத்தது. 2004 தேர்தலில் வெங்கட ரெட்டியின் மனைவி சரிதா ரெட்டி வெற்றி பெற்று ஆளும் கட்சியின் சட்டமன்ற உறுப்பினர் ஆகிறார். கணவருக்கு மன்னிப்பு அளிக்கச் சொல்லி கவர்னர் சுஷில் குமார் ஷிண்டேயிடம் மனு அளித்தார் சரிதா (2004). தண்டனையைக் குறைத்து வெங்கட ரெட்டியை விடுதலை செய்தார் ஆளுநர். இந்தத் தண்டனை குறைப்பு ஆணையை ரத்து செய்து அளிக்கப்பட்டதே அக். 11ஆம் தேதி உச்ச நீதிமன்றத் தீர்ப்பு.

இந்தத் தீர்ப்பின் போதுதான் உச்ச நீதிமன்றம் மேற்குறித்த கருத்தைக் கூறியிருந்தது. தனது கட்சிக்காரருக்குச் சார்பாக ஆந்திர அரசும், காங்கிரஸ் கட்சியைச் சேர்ந்த ஆளுநரும் அளித்த இந்தத் தண்டனை குறைப்பை நாமும் கூடத்தான் ஏற்க இயலாது. எனினும் அஃப்சல் வழக்குடன் இதை ஒப்பிட இயலாது. முதலில் ஆளுநரின் அதிகாரத்திற்கும் குடியரசுத் தலைவரின் அதிகாரத்திற்கும் சில வேறுபாடுகள் உண்டு. குடியரசுத் தலைவரின் அதிகாரம் ஆளுநரின் அதிகாரத்தைக் காட்டிலும் விசாலமானது. கருணை மன்னிப்பும் (pardon) தண்டனை குறைப்பும் (Commutation/Remission) வேறு வேறு. கருணை மன்னிப்பை குடியரசுத் தலைவர் மட்டுமே வழங்க இயலும். ஆளுநருக்கு அந்த அதிகாரமில்லை. கருணை மன்னிப்பின் மூலம் தண்டனை அளிக்கப்பட்டவர் குற்றச் செயலிலிருந்து முழுமையாக விடுவிக்கப்படுகிறார். இனி அவர் அந்தக் குற்றச் செயலைச் செய்யாதவராகவே கருதப்படுவார் என்பது ஒருவகைத் தண்டனையிலிருந்து சற்றே குறைவான வேறுபட்ட இன்னொரு வகைத் தண்டனையை (எ.டு.: மரண தண்டனையை ஆயுள் தண்டனையாகக் குறைப்பது) அளிப்பது. தண்டனைக் குறைப்பு (Remission/Reduction) என்பது ஒரு தண்டனையை அதன் தன்மை மாறாமல் அளவைக்

குறைப்பது (எ.டு.: சிறைத் தண்டனையின் காலத்தைக் குறைப்பது). கருணை மன்னிப்பு தவிர ராணுவ நீதிமன்றம் வழங்கும் தண்டனையைக் குறைக்கும் அதிகாரமும் குடியரசுத் தலைவருக்கு மட்டுமே உண்டு.

சட்டக் குழுவின் முன்னாள் உறுப்பினரும், இந்தியச் சட்ட நிறுவனத்தின் முன்னாள் இயக்குனருமான பி.எம். பக்ஷி தனது நூலில் (The Constitution of India, Universal Law Publishing House, 2003)குடியரசுத் தலைவர் மற்றும் ஆளுநரின் மன்னிப்பு அளிக்கும் அதிகாரம் குறித்த 15 வழக்குகளினைப் பட்டியலிடுகிறார்...

(AIR 1961 SC 122, AIR 1974 SC 31, AIR 1961 SC 600, AIR 1961 SC 334, 1975UJSC 951, AIR 1980SC 2147, AIR 1982 SC 774, AIR 1982SC 849, ILR 1955 Mad 92. AIR 1960 AP 259, AIR 1959 Mys ||6, AIR 1967 Punj 155, AIR 1975P&H 902, AIR 1989 SC653, AIR 1960 SC 1396)

முன் குறிப்பிட்ட கேஹர் சிங், பில்லா - ரங்கா முதலான வழக்குகளும் இவற்றில் அடக்கம். இத்தீர்ப்புகளில் சற்றே முரணான கருத்துகள் இருந்த போதிலும் மொத்தத்தில் உச்ச நீதிமன்றத்தின் (சில உயர் நீதிமன்றத் தீர்ப்புகளும்) முடிவுகளைக் கீழ்க்கண்டவாறு தொகுக்கிறார் பக்ஷி.

அ) அரசியல் சட்டப் பிரிவு 72ன் கீழ் குடியரசுத் தலைவருக்கு வழங்கப்பட்டுள்ள இவ்வதிகாரம், முதன்மையாக (primarily), அவரது முடிவைப் பொறுத்த ஒரு விஷயம். இம் முடிவை அதன் தர (merits) அடிப்படையில் மதிப்பிட்டு நீதிமன்றங்கள் அதில் தலையிடாது.

ஆ) எனினும் முடிவுக்கு வருமுன் எல்லா பொருத்தமான விஷயங்களையும் குடியரசுத் தலைவர் கவனத்தில் எடுத்துக் கொண்டுள்ளாரா என்பதை உறுதி செய்யும் வகையில் அவரது முடிவை மறு பரிசீலனை செய்கிற மிகவும் குறுகிய அளவிலான அதிகாரம் நீதிமன்றங்களுக்கு உண்டு.

இ) குடியரசுத் தலைவர் தனது அதிகாரங்களைப் பயன்படுத்தும் போது சாட்சியங்களை மீண்டும் புதிதாய் ஆய்வு செய்யலாம்.

இப்படி அவர் செய்வதென்பது நீதிமன்றத் தீர்ப்பின் மீதான ஒரு மேல்முறையீட்டு விசாரணை நடவடிக்கையாகாது. அவரது அதிகாரம் நீதிமன்ற அதிகாரத்திலிருந்து சுதந்திரமாக இயங்குவது. எனவே அவர் எந்த ஒரு தண்டனையும் தேவைக்கு அதிகமானது எனக் கருதினால் அதை நீக்க அல்லது குறைக்க (relief) செய்யலாம். வழங்கப்பட்ட தண்டனை வெளிப்படையான தவறொன்றின் அடிப்படையிலானது எனக் கருதினாலும் அவர் இதைச் செய்யலாம்.

ஈ) கருணை மனுவை மறுப்பதற்கு முன்னர் மனுதாரரின் கருணைக் கோரிக்கைகளைக் குடியரசுத் தலைவர் கேட்டுத்தான் ஆகவேண்டும் என்பதில்லை (எ.கா : தனது உறவினர்களை குடியரசுத் தலைவர் சந்திக்க வேண்டும் என கேஹர் சிங் ஒரு மனு தாக்கல் செய்திருந்தார். சந்திப்பது கட்டாயமில்லை என உச்ச நீதிமன்றம் தீர்ப்பளித்தது).

எத்தகைய காரணங்கள் அல்லது எந்த அடிப்படையில் குடியரசுத் தலைவர் அல்லது ஆளுநர் தனது அதிகாரத்தைப் பயன்படுத்தலாம் என்பது குறித்துத் தெளிவான வரைமுறை எதையும் நமது அரசியல் சட்டமோ, நீதிமன்றங்களோ வரையறுக்கவில்லை. மன்னிப்பு வழங்கும் அதிகாரமுள்ள வேறு எந்த நாட்டிலும் கூட இதுபற்றிய தெளிவான வரையறுப்பில்லை. ஏனெனில் இந்த அதிகாரம் மிகவும் விசாலமானது. மன்னிப்பு வழங்க எண்ணற்ற காரணங்கள் செயல்படலாம். எல்லாவற்றையும் தெரிந்து வரையறுத்துவிட இயலாது.

கவனத்தில் எடுத்துக்கொள்ளவேண்டிய முக்கிய விஷயங்களென இந்திய அரசின் சட்ட ஆணையம் சிலவற்றைக் கூறியுள்ளது. அவை : குற்றம் திட்டமிட்டுச் செய்யப்பட்டதாக இல்லாமை, குற்றவாளியின் வயது, அவரது உடல் மற்றும் உளநிலை, முந்தைய நடத்தைகள், வெளிக் காரணங்களின் விளைவாகச் சுதந்திரமாகத் தீர்ப்பு அளிக்க இயலாமற்போன நிலை, மருத்துவ ரீதியிலான பிறழ்வு நிலை... இன்னும் இதைப் போன்ற காரணங்கள்.

புதிய சாட்சியங்கள், ஆதாரங்கள் கண்டுபிடிக்கப்பட்டதையும் கணக்கிலெடுத்துக்கொண்டு மன்னிப்பு அளிக்கப்படலாம்.

நீதிமன்றத் தீர்ப்புகளுக்கும் அப்பால், தண்டனை அனுபவிப்போர் செய்ததாகக் கருதப்படும் குற்றம் குறித்துச் சிறிய பொறியளவு (*scintilla of doubt*) ஐய்யமிருந்தாலும் கூட தண்டனை விலக்கு அளிக்க வேண்டும் என்பதே உலகளவில் மன்னிப்பு அளிக்கும் அதிகாரம் குறித்த அடிப்படையாக உள்ளது.

குடியரசுத் தலைவரின் மன்னிப்பு அளிக்கும் அதிகாரம் தொடர்பான அமெரிக்க வழக்கொன்றில் (க்ராஸ்மன் வழக்கு, *1925 257 U.S. 87*) உச்ச நீதிமன்றம் வழங்கிய தீர்ப்பு அடிக்கடி மேற்கோள் காட்டப்படுகிற ஒன்று. தேவைக்கதிகமான கடுமையுடன் தண்டனை வழங்கப்பட்டுள்ளபோதோ, குற்றவியில் சட்டத்தைப் பயன்படுத்தியதில் வெளிப்படையான தவறுகள் இருந்தபோதோ தலையிட்டுத் துயர் நீக்குவதற்காகவே மன்னிப்பு அதிகாரம் வழங்கப்பட்டுள்ளது என இத்தீர்ப்பு கூறுகிறது. "நீதிமன்றங்கள் வழங்கும் தீர்ப்புகள் எப்போதுமே புத்திசாலித்தனமாக இருக்க வேண்டுமென்பதில்லை. குற்றத்தின் அளவைத் தணிக்கக் கூடிய காரண காரியங்களைக் கவனத்தில் எடுத்துக் கொண்டதாக இருக்கும் எனவும் சொல்ல இயலாது" எனவே இத்தகைய தருணங்களில் துயர் நீக்கி, நீதி செயல்படுத்தப் படுவதற்காகவே அரசியல் சட்டம் இத்தகைய உரிமையை நிர்வாகத் தலைமைக்கு (அதாவது குடியரசுத் தலைவருக்கு) வழங்கியுள்ளது என்று அத்தீர்ப்பு மேலும் கூறுகிறது.

இந்திய அரசியல் சட்ட ஆணையம் மரண தண்டனை குறித்த அறிக்கை ஒன்றில் கூறியுள்ள கீழ்க்கண்ட கருத்துகளும் முக்கியமானவை.

"நீதிமன்றங்கள் கவனத்தில் எடுத்துக்கொள்ளாத பல விஷயங்கள் இருப்பதற்கும் சாத்தியமுண்டு. தனக்கு முன் வைக்கப்பட்ட சான்றாதாரங்கள் நீதிமன்றத்தின் கரங்களைக் கட்டி வைத்துவிட முடியும். தனக்குக் கிடைத்துள்ள எல்லா ஆதாரங்களையும் கணக்கிலெடுத்துக்கொண்டு வழங்கப்பட்டதாயினும்

ஒரு மரண தண்டனை கீழ்க்கண்ட காரணங்களால் மறு பரிசீலனைக்குரியதாகவே உள்ளது. அவை : (1) நீதிமன்றத்தின் முன் வைக்கப்படாத உண்மைகள் (ii) நீதி மன்றத்திற்கு முன் உண்மைகள் வைக்கப்பட்டிருந்த போதிலும் அவை சரியாக வைக்கப்படாத நிலை (III) தண்டனை வழங்கப்பட்டாலும் பின் கண்டுபிடிக்கப்பட்ட சம்பவங்கள் (iv) தண்டனை வழங்கப்பட்ட பின்பு உருவான நிலைமைகள் (V) மற்ற சிறப்பு அம்சங்கள். இந்தச் சிறப்பு அம்சங்களை வரையறுத்துவிட இயலாது. ஏனெனில் அவை வரையறுக்க இயலாத அளவிற்கு எண்ணற்றவையாக இருக்கக் கூடும். *(Voll, para 1025).*

மேன்மை தங்கிய குடியரசுத் தலைவர் அவர்களே!

உங்களுடைய நேரம் பொன்னானது என்பதை நானறிவேன். அதேபோல, உங்களின் சக குடிமகன் ஒருவனின் உயிரும் கூட அவருக்கும் அவரது குடும்பத்தாருக்கும் பொன்னானது என்பதை நீங்கள் அறிவீர்கள்.

தங்களின் மன்னிப்பு அளிக்கும் அதிகாரத்தின் முக்கியத்துவம், விசாலம் ஆகியன குறித்த உலக முக்கியத்துவம் வாய்ந்த சிந்தனைகளை எல்லாம் தொகுத்துக் கொடுத்துள்ளேன். எல்லாவற்றையும் படிப்பதற்கு உங்களுக்கு நேரமிருக்காது என நான் அறிவேன். ஆனாலும் இது உயிர்ப் பிரச்சினை. இந்த உயிர்களை நம்பி வெளியே குடும்பங்கள் இருக்கின்றன. பிள்ளை குட்டிகள் இருக்கின்றன. கருணை காட்டுங்கள்.

விசாரணை நடைபெற்ற முறை குறித்தோ, வைக்கப்பட்ட சான்றாதாரங்கள் குறித்தோ, வழங்கப்பட்ட தண்டனையின் கடுமை குறித்தோ பொறியளவு அய்யம் இருந்தாலும் உங்களின் கருணை செயல்பட வேண்டுமென்பதே மன்னிப்பு வழங்கு நடைமுறையின் அடிப்படை.

உங்களின் கருணையின் கசிவிற்குக் காத்திருக்கிறோம் நாங்கள்.

இவ்வழக்கில் குடியரசுத் தலைவர் கருணை மன்னிப்பு அளிக்கக் கூடாது எனச் சொல்லிக் கொண்டுள்ள அறிவு

ஜீவிகள் மற்றும் அரசியல்வாதிகள் சிலரைப் பற்றியும் இங்கே கொஞ்சம் சொல்லியாக வேண்டும்.

குருமூர்த்தி போன்ற ஆர்.எஸ்.எஸ். வெறியர்களின் கருத்துகளைச் சற்றே ஒதுக்கி வைத்து விட்டு வேறு சில அறிவுஜீவிகளை முதலில் எடுத்துக் கொள்வோம். 'டெக்கான் க்ரானிக்கலில்' பத்தி எழுதும் (அக். 9) சுஹேல் சேத் இவர்களில் ஒருவர். எனக்கு மரண தண்டனை எல்லாம் பிடிக்காது எனத் தொடங்கும் கஹேல் அஃப்சலுக்கு வழங்கப்பட்டுள்ள மரண தண்டனை குறைக்கப்படக் கூடாது என்கிறார். அஃப்சல் குடும்பத்தினரைப் பார்ப்பதற்கு நேரம் ஒதுக்க முடிந்த அப்துல் கலாமுக்கு செத்துப்போன ஜவான்களின் பிள்ளைகளைப் பார்ப்பதற்கு நேரம் இருக்கவில்லையா என்கிறார். குடியரசுத் தலைவர் கலாம் அவர்கள் அஃப்சலின் குடும்பத்தினரைச் சந்திக்க நேரம் ஒதுக்கியது அவரது பெருந்தன்மையைக் காட்டுகிறது. இளைஞர் காங்கிரசின் முன்னாள் தலைவர் பிட்டாவின் தலைமையில் அழைத்து வரப்பட்ட ஜவான்களின் குடும்பத்தினரையும் கலாம் சந்திக்கவே செய்தார். இரு குடும்பத்தினரும் கலாமைச் சந்தித்துவிட்டு வெளியே வரும் படங்கள் அருகருகே எல்லா இதழ்களிலும் வெளியிடப்பட்டன. 'டெக்கான் க்ரானிக்கல்' உட்பட. 'பத்தி' எழுதும் அறிவுஜீவி ஒருவருக்கு இந்தக் காட்சி கண்ணில் படாமல் போனதெப்படி?

நான் மிகவும் மதிக்கும் இன்னொரு சட்டவியல் அறிஞர் சோலி சொராப்ஜி. வாஜ்பாயி தலைமையிலான தேசிய ஜனநாயகக் கூட்டணி அரசாண்ட போது அடர்னி ஜெனரலாக இருந்தவர். குடியரசுத் தலைவரின் மன்னிப்பு வழங்கும் அதிகாரத்திற்கு ஆதரவாக நான் மேலே சுட்டிக் காட்டிய சிலவற்றை அவரும் தனது கட்டுரை ஒன்றில் (*New Indian Express, Oct.6, 2016*) சுட்டிக்காட்டியிருந்தார் எனினும் கட்டுரை இறுதியில் காஷ்மீரில் சட்ட ஒழுங்கு கெட்டுவிடும் என்கிற காரணத்தைச் சிலர் சொல்கிறார்களே, அந்தக் காரணத்திற்காக அஃப்சலுக்கு மன்னிப்பு அளிப்பதை ஏற்க முடியாது என்கிறார். பாதுகாப்புக்காக நின்ற ஜவான்கள் கொல்லப்பட்டதைக்

கணக்கில் எடுக்க வேண்டும் என்றும் மன்னிப்பு வழங்குவதன் மூலம் கொல்லப்பட்ட ஜவான்களுக்கு நீதி கிடைக்கவில்லை என்ற கருத்து ஏற்பட்டுவிடக் கூடாது என்றும் கட்டுரையை முடிக்கிறார். அஃப்சலுக்கு மன்னிப்பு வழங்க வேண்டும் எனக் கோருகிறவர்கள் குஜராத் படுகொலைகளைச் செய்தவர்களுக்கும் ஸ்டெய்ன்ஸ் பாதிரியாரைக் கொன்றவருக்கும் மன்னிப்பு வழங்க வேண்டும் எனச் சொல்வார்களா என்றும் சொராப்ஜி கேட்கிறார்.

மரண தண்டனை யாருக்கு அளிக்கப்பட்டாலும் யார் அளித்தாலும் அதைக் கண்டிப்பதும் நீக்க வேண்டும் என்பதுமே நமது கோரிக்கை. முன்பொரு கட்டுரையில் நான் குறிப்பிட்டிருந்தது போல நாம் மிகவும் மதிக்கும் காந்தியடிகளைக் கொன்ற இந்துத்துவ வெறியர்கள் கோட்சே, ஆப்தே உட்பட மரண தண்டனைக் கைதிகளுக்கும் மன்னிப்பு வழங்கப்பட வேண்டும், வழங்கப்பட்டிருக்க வேண்டும். அதேபோல அரசுகள் மட்டுமின்றி அரசுக்கு அப்பாற்பட்ட இயக்கங்கள் அளிக்கும் மரண தண்டனைகளையும் கண்டிக்கும் திராணியுடையவர்கள் நாங்கள். குஜராத் கொலையாளிகளுக்கும் கூட மரண தண்டனை வழங்கப்பட்டால் மன்னிக்கச் சொல்லிக் கேட்போம் நாம்.

கூடுதலாக, அஃப்சலுக்கு மன்னிப்பு வழங்க வேண்டும் என நாம் கோருவதற்கும் காரணங்கள் உண்டு. அவற்றை விளக்குவதே இச்சிறு நூலின் நோக்கம்.

சட்ட ஒழுங்கைக் காரணம் காட்டி தண்டனை விலக்கு அளிக்க முடியாது என்கிறார் மூத்த வழக்குரைஞர். உண்மைதான். சட்ட ஒழுங்கு, சாதி, மதம் என்றெல்லாம் காரணம் சொல்லி குற்ற வழங்கு நடைமுறைகளைத் திருத்தி அமைக்க இயலாதுதான். சாதி அடிப்படையிலேயே நீதி வழங்கிய வரலாறுதான் நம்முடையது என்ற போதிலும் கூட நீதி வழங்கு நடைமுறை இவற்றுக்கெல்லாம் அப்பாற்பட்டு இருக்க வேண்டும் என்பதை நாம் ஏற்றுக் கொள்வோம். ஆனால் சொராப்ஜி போன்றவர்கள்

ஒன்றை மறந்துவிடலாகாது.

அஃப்சல் வழக்கு போன்றவற்றில் வழக்கிற்கு அப்பாற்பட்ட காரணங்கள் தீர்ப்பு திருத்தப்படுவதில் செயல்படக் கூடாது என்பது எத்தனை உண்மையோ அத்தனை உண்மை தீர்ப்பு எழுதப்படுவதிலும் வழக்கிற்கு அப்பாற்பட்ட விஷயங்கள் செயல்பட்டிருக்கக் கூடாது என்பது. ஆனால் நடந்தது என்ன? வழக்குக்கு அப்பாற்பட்ட விஷயங்களின் அடிப்படையில் தானே அஃப்சலுக்கு இன்று மரண தண்டனை வழங்கப்பட்டது. தேசப் பாதுகாப்பு, மக்களின் கூட்டுணர்வைத் திருப்திப் படுத்துதல் என்பதெல்லாம் குற்றச் செயலுடனோ, சதியுடனோ நேரடித் தொடர்பு இல்லாத ஒருவருக்கு மரண தண்டனை வழங்குவதற்குக் காரணமாக முடியுமா?

முஸ்லிம் வெறுப்பை நிலைநாட்டி, சமூகத்தைப் பிளவுபடுத்தி, அரசியல் லாபம் தேட முயலும் ஒரு பிரதான அரசியல் கட்சியும், அதன் பின்னணியிலுள்ள பாசிசப் பரிவாரங்களும் இன்று ஒரு தனி மனிதனின் ரத்தத்திற்காக வெறியுடன் இயக்கம் நடத்தும் சூழலில் அஃப்சலுக்குரிய மன்னிப்பு வழங்கப்படாமற் போனால் அது வழக்குக்கு அப்பாற்பட்ட காரணத்தின் விளைவாகாதா?

ஒரு காலத்தில் (1975) மகாவீரர் ஜயந்தியைக் காரணம் காட்டி மரண தண்டனையை ரத்து செய்ய வேண்டும் என்ற இயக்கம் நடத்திய பாரதீய ஜனசங் கட்சியின் மூத்த தலைவர் அத்வானி, இன்று குடியரசுத் தலைவரைச் சந்தித்து அஃப்சலுக்கு மன்னிப்பு அளிக்கக் கூடாது என்கிறார். பாகிஸ்தான் அரசால் மரண தண்டனை விதிக்கப்பட்டுள்ள சரப்ஜித் சிங்கிற்கு அதை நிறைவேற்றக்கூடாது எனக் கோரிக்கை வைப்பவர்கள், இன்று மன்னிப்புக்கு எதிராக ஒரு இயக்கமே நடத்துகின்றனர். அக்டோபர் 12 முதல் 14 வரை மாநிலங்களில் ஆளுநர்களைச் சந்தித்து மன்னிப்புக்கு எதிராக பா.ஜ.க.வினர் மனு அளித்தனர். அக்டோபர் 15 முதல் 19 வரை எல்லா மாவட்டங்களிலும் ஆர்ப்பாட்டங்கள் நடத்தினர். அஃப்சலை அக்டோபர் 20

அன்று தூக்கிலிடாவிட்டால் அவரது கொடும்பாவியைத் தூக்கிலிடுவதாக அறிவித்தனர். அஃப்சல் தூக்கிலிடப்பட்டால் அது, பாசிஸ்டுகளின் கரடுதட்டிப்போன கல் மனங்களிலிருந்து எழுந்த கோரிக்கையின் வெற்றியாக அமையாதா?

இந்த நிலை காஷ்மீரிகளின் மனத்தில் மிகப் பெரிய பாதிப்பை ஏற்படுத்தும் எனச் சுட்டிக் காட்டுவது எப்படித் தவறாக முடியும்?

அமெரிக்க உச்ச நீதிமன்ற நீதிபதி ஒருவர் கூறியுள்ள கருத்தை முன்னாள் சொலிசிடர் ஜெனரல் டி.ஆர். அந்த்யாருஜினா சுட்டிக் காட்டுகிறார். "நீதிமன்றம் வழங்கிய தண்டனையைக் குறைப்பது பொது நலத்திற்கு உகந்ததென இறுதி அதிகாரம் படைத்தவர் (அதாவது குடியரசுத் தலைவர்) தீர்மானிப்பதன்" விளைவே மன்னிப்பு வழங்குதல். இந்த வாசகத்தில் உள்ள 'பொது நலம்' என்கிற சொல் நமது கவனிப்பிற்குரியது, தண்டனை அளிக்கப்பட்டவருக்கு இரக்கம் காட்டுவது என்பதைப் போலவே, சமயங்களில் இரக்கம் என்பதை விடவும் பொது நலமும், அரசியல் காரணங்களும் கூட மன்னிப்பு அளிப்பதற்கு ஓர் அடிப்படையாக முடியும். அதிலும் முறையாக வழக்கு விசாரிக்கப்படாத சூழலில் இது மேலும் முக்கியமாகிறது.

மன்னிப்பு அளிக்கக் கூடாது எனச் சொல்வதும் 'பொது நலம்' கருதித்தானே என்று இந்துத்துவவாதிகள் கூறலாம். அவர்கள் சொல்லும் ஒரே காரணம் இதுபோன்ற வழக்குகளில் மன்னிப்பு வழங்கப்படுதல் என்பது இதுபோன்ற குற்றங்களை மேலும் ஊக்குவிக்கும் என்பதே. ஆனால் ஒன்றைக் கவனியுங்கள். இந்த வழக்கில் குற்றச் செயலில் நேரடியாக ஈடுபட்டவர்கள் அத்தனை பேரும் சம்பவ இடத்திலேயே கொல்லப்பட்டுவிட்டனர். சதிச் செயல் புரிந்த முக்கிய மூளைகள் மூன்றும் இன்று பாகிஸ்தானில் பாதுகாப்பாகவும், மகிழ்ச்சியாகவும் இருப்பதாக காவல்துறையே ஒத்துக்கொள்கிறது. இந்நிலையில் குற்றச் செயலுடன் நேரடித் தொடர்பற்ற ஒருவரை அய்யத்திற்குரிய ஆதாரங்களின் அடிப்படையில் தூக்கிலிடுவதன் மூலம் குற்றச் செயல்கள் எப்படிக் குறையும்?

மாறாக ஏற்கனவே அந்நியப்பட்டுப் போயுள்ள காஷ்மீர மக்கள் மேலும் மய்ய நீரோட்டத்திலிருந்து விலகிச் செல்வதற்கல்லவா இது வழிவகுக்கும். அஃப்சல் விஷயத்தில் இன்று காஷ்மீர் மக்கள் அனைவரும் கருத்து வேறுபாடுகளுக்கு அப்பால் இணைந்து நிற்பதைப் பார்க்கிறோம். பர்வின் இம்ரோஸை ஒருங்கிணைப்பாளராகக் கொண்டு 'ஜம்மு காஷ்மீர் சிவில் சமுகக் கூட்டமைப்பு' (CCS) என்றொரு அமைப்பு உருவாக்கப்பட்டு அஃப்சலுக்காக மிகப் பெரிய கையெழுத்து இயக்கமும் பிரச்சாரமும் நடத்தப்பட்டு வருகிறது. டாக்டர் அப்லாத் ஷூஸைன், டாக்டர் ரபி பஞ்சாபி, கவிஞர் ஸரீஃப் அஹமத் ஸரீஃப் எனப் பல மனித உரிமைச் செயல்பாட்டாளர்கள் இதில் பங்கு வகிக்கின்றனர். ஷூரியத் கட்சி (G)யின் தலைவர் சைபத் அலி கீலானி, ஜனநாயக சுதந்திரக் கட்சித் தலைவர் ஷபீர் அஹமத் ஷா, ஜம்மு காஷ்மீர் விடுதலை முன்னணித் தலைவர் யாசின் மாலிக், மக்கள் மாநாட்டுக் கட்சித் தலைவர் சஜ்ஜத் லோனே போன்றோர் இன்று அஃப்சலின் தண்டனைக் குறைப்பிற்காக இயக்கம் நடத்துகின்றனர். பிரிவினை கோரும் கட்சிகள் தவிர மய்ய நீரோட்டக் கட்சிகளும் அஃப்சலுக்காகக் குரல் கொடுக்கின்றன. முதல்வர் குலாம் நபி ஆஸாத், தேசிய மாநாட்டுக் கட்சித் தலைவர் ஃபரூக் அப்துல்லா, மார்க்சிஸ்ட் கட்சி சட்டமன்ற உறுப்பினர் யூசுப் தரிகாமி ஆகியோர் அஃப்சலின் தண்டனை குறைக்கப்பட வேண்டும் என்கின்றனர்.

இந்திய அளவில் மனித உரிமை அமைப்புகளும் மனித உரிமை ஆர்வலர்களும் அஃப்சலின் மரண தண்டனைக்கு எதிராக இன்று இயக்கம் நடத்திக்கொண்டுள்ளனர். நிர்மலா தேஷ்பாண்டே போன்ற காந்தியர்கள், மேதாபட்கர் போன்ற சுற்றுச் சூழலியர்கள், அருந்ததி ராய் போன்ற எழுத்தாளர்கள் இதில் முன்னணியில் நிற்கின்றனர். தமிழக முதல்வர் கலைஞர் அவர்களும் இம்மரண தண்டனையைக் குறைக்கக் கோரியுள்ளார்.

மென்மை தங்கிய குடியரசுத் தலைவர் அவர்களே !

ஒன்றுபட்டு நிற்கும் காஷ்மீர மக்களின் கருத்தைப் புறக்கணித்து அஃப்சலைத் தூக்கில் தொங்கவிடுவதன் மூலம் அவர்களை அந்நியப்படுத்துவது தீவிரவாதத்திற்குத் தூண்டுகோலாகத்தான் அமையும். பாசிசம் வெற்றி விழா கொண்டாடுவதற்கு வழி வகுப்பதென்பது இந்தியச் சமூகம் மத அடிப்படையில் மேலும் பிளவுறுவதற்குத்தான் இட்டுச் செல்லும். இதெல்லாம் பொது நலத்திற்கெதிரானதல்லவா? இந்நிலையில் நீங்கள் அஃப்சலுக்கு வழங்கும் மன்னிப்பு உங்களின் கருணைக்கு மட்டுமின்றி பொது நல அக்கறைக்கும் அடையாளமாக இருக்கும் என்பதை மிக்க பணிவுடன் உங்களின் கவனத்திற்குக் கொண்டு வருகின்றோம்.

இறுதியாக ஒன்று : அஃப்சலின் வரலாறு காஷ்மீர மக்களின் வரலாற்றுடன் பின்னிப் பிணைந்துள்ளது என்கிறார் நந்திதா ஹஸ்கர் (இந்நூலிலுள்ள ஆங்கில முன்னுரையில்). போராளி இயக்கங்களிலிருந்து விலகிச் சரணடைந்த இளைஞர்கள் இந்திய உளவுத் துறையாலும் காவல் துறையாலும் என்ன மாதிரி பயன்படுத்தப்படுகின்றனர் என்பதற்கு அஃப்சலின் கதை ஓர் எடுத்துக்காட்டு. நக்சல்பாரி இயக்கத்திலிருந்து விலகி வருபவர்களையும் இந்திய அரசு இப்படித்தான் பயன்படுத்தி வருகிறது. போராளிகளை உளவு பார்க்கவும், மக்களைக் கொல்லவும் இயக்கங்களை எதிர்த்து மடியவும் பயன்படுத்தப்படுகிற ஆயுதந்தாங்கிய குண்டர் படைகளில் பணிபுரிய அவர்கள் கட்டாயப்படுத்தப்படுகின்றனர். 'ஆந்திர மாடல்' என இந்தச் சட்ட விரோத நடவடிக்கையைச் சிலாகிக்கின்றனர். நமது பிரதமர் டாக்டர் மன்மோகன் சிங் சமீபத்தில் சென்ற மாதத்தில் கூட இதைக் குறிப்பிட்டார். இன்று சட்டீஸ்கர் மாநிலத்தில் 'சல்வா ஜூடும்' என்கிற பெயரில் இத்தகைய சட்டவிரோத குண்டர் படை ஒன்றையே அரசு உருவாக்கியுள்ளது. மத்திய அரசு மாநில அரசு, காங்கிரஸ், பாஜக என்கிற வேறுபாடின்றி இணைந்து நின்று இந்தச் சட்ட விரோத நடவடிக்கை மேற்கொள்ளப்படுகிறது. 'பாதுகாப்பு தொடர்பான செலவு' என்கிற பெயரில் அரசு நிதியிலிருந்து இதற்கான நிதி ஒதுக்கீடு செய்யப்படுகிறது.

இந்தச் சட்ட விரோத நடவடிக்கைகளை அரசே முன்னின்று

செயல்படுத்துவதும், பிரதமரே அதை ஊக்குவிப்பதும்... இதெல்லாம் என்ன? வன்முறையையும் கலகத்தையும் (*Insurgency*) எதிர்கொள்வது ஒரு அரசின் கடமை என்பதில் நமக்குக் கருத்து மாறுபாடு இல்லை. சட்ட ஒழுங்கு அம்சம் (*policing aspect*) ஒன்று இதில் ஊடாடி நிற்பதையும் நாம் மறுக்கவில்லை. ஆனால் முற்றிலும் சட்ட விரோதமான இச்செயற்பாடுகள் மூலம் வன்முறை ஒழிந்துவிடுமா?

மேன்மை தங்கிய குடியரசுத் தலைவர் அவர்களே!

இதையும் நீங்கள் சிந்திக்க வேண்டும்.

ஒரு அரசே இப்படி வெளிப்படையான சட்ட விரோதச் செயல்களில் இறங்கலாமா?

மகாத்மா காந்தியை தேசத் தந்தையாக ஏற்றுக் கொண்டுள்ள நாடு நம்முடையது. நோக்கம் எத்தனை உயர்வாக இருந்தபோதிலும் அதற்கான வழிமுறைகள் அறத்தின் அடிப்படையிலிருந்து வழுவக் கூடாது என்கிற அவரது உயரிய சிந்தனை இன்றைய காலத்திற்குப் பொருந்தாது என நாம் உதறிவிட்டோமோ?

வன்முறையைச் சட்டவிரோத நடவடிக்கைகளால் முடிவுக்குக் கொண்டு வந்துவிட முடியுமா?

மேன்மை தங்கிய குடியரசுத் தலைவர் அவர்களே!

மிக்க பணிவுடன் இந்த விண்ணப்பத்தை உங்கள் முன் சமர்ப்பிக்கிறோம். இந்தச் சிறு வெளியீட்டை தமிழில் பெயர்த்து வெளியிட அனுமதி வேண்டி டெல்லியிலுள்ள SPDPR அமைப்புடன் நாங்கள் தொடர்புகொண்டபோது அதற்குப் பொறுப்பான நண்பர் சொன்னார்:

"உங்கள் வெளியீட்டின் ஒரு பிரதியை எங்களுக்கு அனுப்ப மறவாதீர்கள். குடியரசுத் தலைவருக்கு மரண தண்டனைக்கு எதிராக நாங்கள் சேகரித்துள்ள கையெழுத்துக் கோப்புகளை அனுப்பும்போது உங்கள் வெளியீட்டையும் இணைத்து

அனுப்புகிறோம். இன்றைய குடியரசுத் தலைவர் தமிழறிந்தவர் அல்லவா, ஒருவேளை உங்கள் வெளியீட்டை அவர் படிக்கக்கூடும்."

மொழி, இன அடிப்படைகளில் பெருமிதம் கொள்பவனல்லன் நான், இருந்த போதிலும் அந்தத் தோழர் இப்படிச் சொன்ன போது ஒரு கணம் மகிழ்ச்சியில் துணுக்குற்றேன்.

ஐயா! தமிழறிந்தவர் நீங்கள். திருக்குறளைப் பயின்றவர் நீங்கள். ராமேஸ்வரத்திற்கு வரும்போதெல்லாம் பேண்ட் பையிலிருந்து தொப்பியை உருவித் தலையில் சூடி அந்தச் சிறிய பள்ளியில் தொழுகைக்குச் செல்ல மறக்காதவர்.

ஆசிரியர் எனச் சொல்லிக்கொள்வதில் பெருமைப்படுபவர். 'விஞ்ஞானி', அரசியலைத் தொழிலாகக் கொண்டிராமலேயே மிக உயர்ந்த அரசியற் பதவியைப் பெற்றவர்.

நீதிமன்றங்களும்கூட நீதியை வழங்க இயலாமற்போகும் நிலையை நமது நீதி வழங்குமுறைகள் ஏற்றுக்கொள்கின்றன. அதன் விளைவே உங்களுக்கு வழங்கப்பட்டுள்ள இந்த மன்னிப்பு வழங்கும் அதிகாரம். உங்களிடம் குவிந்துள்ள அதிகாரங்களிலெல்லாம் மிக உயர்ந்த அதிகாரமாக நான் இதையே கருதுகிறேன். குற்றச் செயலில் பொறியளவு அய்யமிருந்தாலும் மன்னிப்பு வழங்கும் பெரும் பொறுப்பு உங்களுக்கு உண்டு.

காந்தியைக் கொன்று சதிச் செயலுக்குத் தலைமை தாங்கியவர் சாவர்கர். எனினும் அவர் மீதுள்ள குற்றச்சாட்டு அய்யத்திற்கிடமின்றி நிருபிக்கப்படவில்லை என்று காரணம் சொல்லி அவரை விடுதலை செய்தது நீதிமன்றம்.

சாவர்கரின் மெய்க்காவலர் அப்பா ராமச்சந்திர கசர், செயலாளர் கஜனன் விஷ்ணு தாம்லே ஆகியோரின் சாட்சியங்கள் கவனத்திற்கொள்ளப்படாததன் விளைவாக அவர் அன்று விடுதலை செய்யப்பட்டார்.

பின்னாளில் நீதியரசர் கபூர் தலைமையில் அமைக்கப்பட்ட விசாரணைக் குழு இந்தச் சாட்சியங்களையும் ஏற்றுக்கொண்டது. "இவ்வுண்மைகள் அனைத்தையும் கணக்கிலெடுக்கும்போது சாவர்க்கரும் அவரது குழுவினரும் காந்தியைக் கொன்ற சதியில் பங்கு பெறவில்லை என்கிற கருத்து தவிடுபொடியாகிறது" என நீதியரசர் கபூர் அறிவித்ததை நீங்கள் அறிவீர்கள்.

தேசத் தந்தையைக் கொன்ற குற்றச்செயலின் சதிகாரர் தண்டனையிலிருந்து விடுபட்ட கதை இதுதான்.

ஆனால் கதை இத்துடன் முடியவில்லை.

பல பத்தாண்டுகளுக்குப் பின்னர், நான்காண்டுகளுக்கு முன்னர் உங்களின் திருக்கரங்களால் தேசத் தந்தையின் கொலைச் சதிக்குத் தலைமை தாங்கிய அந்தச் சதிகாரனின் படத்தை பாராளுமன்ற வளாகத்தில் அதே தேசத் தந்தையின் படத்திற்கு எதிராக நீங்கள் திறந்து வைத்தீர்கள்.

உங்களுக்கு முன்பு உங்கள் நாற்காலியில் அமர்ந்திருந்த மேதகு கே.ஆர். நாராயணன் செய்ய மறுத்ததை நீங்கள் செய்தீர்கள்.

கறைபடாத உங்களின் கரங்களில் இதன் மூலம் ஒரு கறை படிந்தது. கொலைக் குற்றத்துடன் நேரடியாகத் தொடர்புடைய ஒருவரைக் கவுரவிக்க நேர்ந்ததன் விளைவு அது. குற்றச் செயலுடன் நேரடித் தொடர்பற்ற அஃப்சலை மன்னிப்பதன் மூலம் நீங்கள் அந்தக் கறையைப் போக்கிக்கொள்ள வேண்டும்.

உங்கள் கருணை கசிய வேண்டும். அஃப்சலுக்கு நீதி கிடைக்க வேண்டும்.

தங்கள் உண்மையுள்ள சக குடிமகன்,

அ. மார்க்ஸ்,

சென்னை அக். 20, 2006

(இந்தக் கட்டுரை 2006இல் எழுதப்பட்டது.